श्रीमानयोगी

(तीन अंकी नाटक)

रणजित देसाई

मेहता पब्लिशिंग हाऊस

All rights reserved along with e-books & layout. No part of this publication may be reproduced, stored in a retrieval system or transmitted, in any form or by any means, without the prior written consent of the Publisher and the licence holder. Please contact us at **Mehta Publishing House,** Pune 411030.

✆ +91 020-24476924 / 24460313

Email : production@mehtapublishinghouse.com

Website : www.mehtapublishinghouse.com

◆ *या पुस्तकातील लेखकाची मते, घटना, वर्णने ही त्या लेखकाची असून त्याच्याशी प्रकाशक सहमत असतीलच असे नाही.*

SHRIMANYOGI by RANJEET DESAI

श्रीमानयोगी : रणजित देसाई / नाटक

Email : author@mehtapublishinghouse.com

© मधुमती शिंदे / पारु नाईक

मराठी पुस्तक प्रकाशनाचे हक्क मेहता पब्लिशिंग हाऊस, पुणे.

प्रकाशक   : सुनील अनिल मेहता, मेहता पब्लिशिंग हाऊस,
                  १९४१ सदाशिव पेठ, माडीवाले कॉलनी, पुणे – ४११०३०.

मुखपृष्ठ   : चंद्रमोहन कुलकर्णी

प्रकाशनकाल   : सप्टेंबर, १९९७ / सप्टेंबर, २००७ /
                  पुनर्मुद्रण : ऑगस्ट, २०२०

P Book ISBN 9788171616886

E Book ISBN 9789386175885

E Books available on : play.google.com/store/books
                        www.amazon.in

या नाटकाच्या प्रयोगादी सर्व प्रकारांचे हक्क सौ. मधुमती शिंदे व सौ. पारु नाईक यांच्या स्वाधीन आहेत. त्यांच्या संमतिविना या नाटकाचा प्रयोग वा अन्य प्रकारे कोठेही, केव्हाही वापर करू नये. अशा संमतिविना त्याचा प्रयोग वा वापर केल्यास कायदेशीर इलाज केला जाईल.

अधिक माहितीसाठी 'मेहता पब्लिशिंग हाऊस' यांच्याशी संपर्क साधावा.

अंक पहिला

प्रवेश पहिला

(पडदा उघडतो. रंगमंचावर हिरोजी, पुतळाबाई, मदारी आहेत.

स्थळ : *मातोश्री जिजाबाईंचा पाचाडचा वाडा.)*

पुतळा : मदारी, सारी तयारी झाली? स्वारी उद्या गडावर जाणार आहे.

हिरोजी : पण, राणीसाहेब...

पुतळा : आता पणबीण काही नाही. या पाचाडच्या वाड्यात झाला, इतका शोक पुष्कळ झाला. हिरोजी, तुम्हाला समजत का नाही? राजांना सांभाळणारं दुसरं कोण आहे? ती जबाबदारी तुमची आहे, हिरोजी. बारा मावळची दख्खन दौलत कुणी सांभाळायची?

हिरोजी : राणीसाहेब, हिमालयाला जपायला वारुळाला सांगता? कसं शक्य आहे ते?

पुतळा : कोण वारूळ आणि कोण हिमालय? ज्याच्यामुळं हिमालय तरतो, ते स्वर्गींचे देव असतात. हिमालय आणि वारूळ यांना सांभाळणारं आकाश असतं आणि आधाराला पृथ्वी असते. हिरोजी! तुम्ही मदारी आणि संभाजी कावजी नसता; तर राजे औरंगाबादच्या कैदेतून सुटले असते का? ज्याच्या काक नजरेतून खुद्द त्याचे वडील आणि भाऊ सुटले नाहीत तिथं त्याचा वैरी सुटेल कसा? काय सांगायचं, हिरोजी. राजे कैदेत पडले आणि इकडं साऱ्यांचाच धीर सुटला. राजे सुखरूप यावेत, म्हणून साधा अभिषेकसुद्धा करायचा धीर मासाहेबांना झाला नाही; पण तुम्ही होतात. तुम्ही साऱ्यांनीच जिवाची बाजी लावून राजांना सुखरूप परत आणलंत. तुमचे उपकार

केवढे मोठे! हिरोजी, तुम्ही चाकर नाही, तुम्ही आमचे भाऊबंद आहात. तुमचं आमचं नातं रक्ताचं. तुम्ही न मिळता, तर आज काय झालं असतं?

हिरोजी : पण राणीसाहेब, या मनःस्थितीत राजे गडावर जातील का?

पुतळा : येतील का, हा प्रश्न नाही, हिरोजी. त्यांना गडावर जायला हवं. ही जबाबदारी आपली आहे. गडावर सारेजण राजांची वाट बघत असतील. तुम्ही तयारीला लागा. इकडची तयारी मी बघते. पहाटेपर्यंत सारी सिद्धता व्हायला हवी. तुम्ही या आता.

(मुजरा करून जायला लागतात. तेवढ्यात शिवाजीराजांचा प्रवेश. बरोबर अनाजी आहेत. हिरोजी आणि मदारी मुजरा करून निघून जातात.)

शिवाजी : पंत, समर्थांच्या विनंतीचा आम्ही जरूर आदर करतो. त्यामागची त्यांची तळमळदेखील आम्हाला कळते; पण आम्ही छत्रपती झालो, तरी अखेर माणूसच ना? मासाहेबांचा आधार काय होता, हे आम्हीच जाणतो. मासाहेब गेल्या आणि आम्ही सर्वस्व हरवलं. त्या फक्त आमच्या आईच होत्या, असं नाही; त्या श्रेष्ठ सल्लागार होत्या. आमचा धीर होत्या. त्यांनी आम्हाला घडवलं. जडवलं. गुणसंपन्न केलं. त्यांच्या वियोगाचं दुःख कसं हलकं होणार? नाही, पंत, आम्ही पार खचून गेलोय. पंत, आम्हाला थोडी विश्रांती हवीय. जगदंबऽ जगदंबऽऽ

पुतळा : (शिवाजी महाराजांचा दुशेला उतरवून घेतात.) एवढं उदास होऊ नये.

शिवाजी : पुतळा, आम्हाला काही सुचत नाही. मासाहेबांच्या रूपानं आम्ही आमची सावली हरवली... आमची सावली हरवली.

पुतळा : आम्हाला का कळत नाही? पण मन आवरायला हवं. तुमचा शोक पाहून मासाहेबांच्या आत्म्याला केवढे क्लेश होत असतील!

शिवाजी : सारं कळतं; पण वळत नाही. सारा दिवस मासाहेबांना शोधण्यात जातो; पण कुठंच दिसत नाहीत आणि मग जीव असा थकून जातो...

पुतळा : पण इथं कितीही दिवस राहिलं, तर मासाहेब का दिसणार आहेत? एका संसाराचे धनी असता, तर काही बोलले

नसते, पण लाखांचं धनीपण आपल्या माथी आहे. आपल्या आई गेल्या म्हणून....

शिवाजी : बस्स करा, राणीसाहेब! फार बोललात. मासाहेबांच्या विना आम्हाला जगता यायचं नाही. आम्हाला ती सवय नाही.

पुतळा : मासाहेबांच्या शिवाय जीवन एवढं अधुरं राहणार होतं, तर मग हा अभिषेक करून घेतला कशाला?

शिवाजी : फार छान प्रश्न विचारलात, राणीसाहेब. राजे व्हायची आम्हाला कधीच हौस नव्हती. आम्ही जगलो, ते आमच्या बारा मावळसाठी. आमची प्रजा सुरक्षित राहावी म्हणून. सत्ता, संपत्ती आणि कीर्ती यांच्या मोहात कधीच पडू नका, असं आम्हाला समर्थांनी सांगितलं होतं; पण गागाभट्टांच्या विनंतीवरून आणि आमच्या मासाहेबांच्या आज्ञेमुळं आम्ही सिंहासनावर बसलो आणि राणीसाहेब, तिथंच ऱ्हास झाला.

पुतळा : काय हे अशुभ बोलणं! ऱ्हास कसला यात?

शिवाजी : कसला? राणीसाहेब, निश्चलपुरी म्हणाले, त्यात काही खोटं नाही. आता आणखीन काय अशुभ व्हायचं ऱ्हायलंय? राज्याभिषेकाआधीच आमच्या क्षणैक संतापाचं निमित्त झालं आणि प्रतापरावांसारखा सेनापती आम्ही गमावला. राज्याभिषेकाची तयारी सुरू झाली आणि काशीबाई राणीसाहेब आम्हांस सोडून गेल्या. राणीसाहेब, राज्याभिषेक प्रसंगी त्या सिंहासनाच्या पायऱ्या चढताना आम्हाला काय दुःख होतं, ते कसं सांगावं? त्या सात पायऱ्या चढताना सात हजार माणसं गमावल्याची याद मनाला छळत होती. कुठं होता आमचा तानाजी? ना आम्हाला दिसत होता बाजी. हे श्रींचं राज्य व्हावं म्हणून आनंदानं प्राण गमावणारी माणसं... राणीसाहेब, त्या क्षणी त्या माणसांच्या आठवणीनं आम्हाला ते सिंहासनही दिसत नव्हतं... राणीसाहेब, तुम्हा साऱ्यांना हवासा वाटणारा राज्याभिषेक झाला. आमच्यावर छत्रचामरं ढळली आणि अवघ्या अकराव्या दिवशीच नियतीनं आमच्यावरचं छत्र हिरावून नेलं. काय मिळवलं आम्ही? कशासाठी होता तो राज्याभिषेक?

पुतळा : असले विचार आपण मनात आणू नयेत. मासाहेब गेल्या आणि समर्थ आपल्या भेटीला आले होते. त्यांनी सांगितलं होतं...

शिवाजी	:	समर्थांचे बोल आम्ही विसरू शकत नाही, राणीसाहेब. समर्थ म्हणाले होते; आता विवेक धरून राज्य साधावे! हं! विवेक सुचतो संतांना! आम्ही माणसं आहोत. सामान्य. राणीसाहेब, त्यातूनही सुचला विवेक, तरी भोवतालची माणसं तो टिकू देत नाहीत. आता एकच इच्छा आहे. राज्याभिषेक झाला. तुम्हा सर्वांचं समाधान झालं. आता उरलेलं आयुष्य समर्थांच्या चरणांशी रुजू करावंसं वाटतं.
		(मदारी येतो. मुजरा करतो.)
अनाजी	:	मदारी, काही महत्त्वाचं काम होतं का?
मदारी	:	गडावर जायची सर्व सिद्धता झाली आहे.
शिवाजी	:	(आश्चर्यचकित होतात) काय?
मदारी	:	मेणे, पालख्या सर्व तयारी झाली आहे.
शिवाजी	:	कोणी सांगितलं, आम्ही गडावर जाणार म्हणून? अनाजी, कुणी घेतला हा निर्णय?
		(अनाजी सूचकतेनं पुतळाबाईकडे पाहतात. पुतळाबाई राजांवरची नजर वळवतात.)
मदारी	:	धाकट्या राणीसाहेबांनी पहाटेच हुकूम दिले होते.
शिवाजी	:	कुणाच्या परवानगीनं? (कोणी बोलत नाही) ठीक आहे. अनाजी, तुम्ही या आता.
		(अनाजी व मदारी निघून जातात. शिवाजीराजे पुतळाबाईकडे येतात. पुतळाबाईंची नजर पायांकडे वळलेली आहे.)
शिवाजी	:	आम्ही गडावर जाणार, म्हणून तुम्ही हुकूम दिलेत?
पुतळा	:	जी!
शिवाजी	:	कारण?
		(पुतळाबाई काही बोलत नाहीत.)
शिवाजी	:	(संतापून) सांगा, राणीसाहेब, कुणाला विचारून हा निर्णय केलात?
पुतळा	:	या घरात आल्यापासून कधीच, कसला निर्णय आम्ही केला नाही. नाइलाजानं हा निर्णय करावा लागला.
शिवाजी	:	कारण?
पुतळा	:	आपला राज्याभिषेक झाला. सारा पसारा गडावर तसाच पडून आहे. आपल्याला बोलायची हिंमत कुणाची नाही...
शिवाजी	:	म्हणून मासाहेबांची जागा घेता...

पुतळा	:	असं म्हणू नये. आमची पायरी आम्हाला कळते. आमचं काही चुकलं असेल, तर क्षमा असावी. आपण राज्याचे धनी. राज्याची ही धुरा आपणांखेरीज कोण सांभाळणार?
शिवाजी	:	खरं आहे. आम्ही आमचं कर्तव्य, आमचं भान विसरता कामा नये. समर्थ म्हणतात, तेच खरं! मासाहेब आता दूर नाहीत. त्यांनी तुमच्या आमच्या मनांत आता जागा घेतली आहे. आता फार भिऊन वागायला हवं. ठीक आहे, राणीसाहेब, याच चाकाखाली आम्ही भरडले जाणार असू, तर आमची तयारी आहे. आता सुखाचे दिवस संपले आहेत. आता आहेत संकटाचे दिवस. ते आम्हाला एकट्यालाच भोगायचे आहेत.

(सोयराबाई प्रवेश करतात.)

सोयरा	:	कसले सुखाचे दिवस संपले? आणि कुणाचे?
शिवाजी	:	कुणाचे? सोयरा, आमचे. तसं पाहिलं, तर आमच्या जीवनात कधी सुखाचे दिवस आलेच नाहीत. आले असले, तर टिकले नाहीत. सोळाव्या वर्षापासून आजपर्यंत आम्ही या श्रींच्या राज्यासाठी झटलो. स्वस्थता कधी लाभलीच नाही. स्वत:ची काळजी कधी वाटलीच नाही. काळजी वाटली, ती सदैव राज्याची.
सोयरा	:	कसली काळजी? राज्याची? तेच विचारायला आलेय मी. चूक स्वत: करता आणि दोष दुसऱ्याला देता. याचसाठी काही सांगू नये, असं वाटतं.
शिवाजी	:	राणीसाहेब, सांगण्यापेक्षा माणसानं करावं. तो आपला अधिकार आहे.
सोयरा	:	हो! माहीत आहे ना! पण माझा नाही.
शिवाजी	:	मग कुणाचा?
सोयरा	:	ज्यांच्या सांगण्यावरून आपलं उठणं-बसणं होतं, त्या धाकट्या राणीसाहेबांचा!
शिवाजी	:	त्यांचं नाव उगा कशाला गोवता?
सोयरा	:	खोटी अदावत घ्यायची सवय नाही मला. मोहित्यांसारख्या मातब्बर घराण्याची आहे मी. आपला विवाह थोरल्या महाराजांनी लावून दिला आहे, हे विसरू नका.
शिवाजी	:	घराणं! घराणं! कसलं घराणं? घराघरांमध्ये आग लावण्यासाठी ही घराणी येतात का?

सोयरा	:	आग आम्ही नाही लावली. आग लावलीत, ती तुम्ही!
शिवाजी	:	राणीसाहेब, बोलायचं ते भान ठेवून बोला.
सोयरा	:	आमचं भान कधीच विसरलं नाही. मी विचारते, गडावर जाण्याचा निर्णय कुणी घेतला!
शिवाजी	:	आम्ही!
सोयरा	:	खोटं! साफ खोटं!
शिवाजी	:	राणीसाहेब, आम्हाला जाब विचारता?
सोयरा	:	प्रश्नाचं उत्तर द्यावं. हा निर्णय केला कुणी?
पुतळा	:	राणीसाहेब, आम्ही चुकलो असू, आम्हाला क्षमा नाही का? राजांच्या भल्यासाठीच आम्ही बोललो. चुकलं असेल, तर पदरात घ्यावं.
सोयरा	:	सारं पदरात घेऊन केव्हाच मोकळ्या झाल्यात तुम्ही. आमच्या हाती राहिलंय काय?
शिवाजी	:	पुतळा, तुम्ही येथून जावं, हे बरं! तुम्ही आणखीन अपमान करून घेऊ नका. तोफ डागलीच आहे, तोंड देण्याखेरीज गत्यंतर नाही.
		(शिवाजीमहाराजांच्या पायाला हात लावून पुतळाबाई जातात.)
सोयरा	:	पाहिलंत महाराज, धाकल्या राणीसाहेबदेखील विसरल्या, की आम्ही अभिषिक्त राणी आहोत. साधा मुजरादेखील करण्याचं भान त्यांनी राखलं नाही.
शिवाजी	:	अभिषिक्त राणी! राणीसाहेब, अभिषेकानं ना कुणी राजा बनतो, ना कुणी राणी! तुमच्या ध्यानी ते येणार नाही. राणीसाहेब, आता हा संताप आवरायला हवा. नेमका कुतर्क उचलण्याची वृत्ती बदलायला हवी. तुमच्यावर आता जबाबदारी मोठी आहे.
सोयरा	:	संतापायला आम्हाला जागा आहे कुठं?
शिवाजी	:	(खिन्नपणे हसतात) हं! तशी जागा नसती, तर हा त्राटिकेचा अवतार घेऊन कशाला आला असतात? काय झालंय ते एकदा स्पष्टपणे सांगून मोकळ्या व्हा.
सोयरा	:	सांगून काय उपयोग? तुमचे युवराज शंभूराज अनाजी दत्तोंना हवं ते बोलले. निदान त्यांच्या वयाचा तरी मुलाहिजा ठेवायचा होता.
शिवाजी	:	राणीसाहेब, काय सांगायचं, ते स्पष्टपणे सांगा.

सोयरा	:	आज शंभूराजे अनाजींना बोलले. उद्या आम्हाला बोलतील. तुमच्या युवराजांना तुम्ही आवरायला नको?
शिवाजी	:	तुमचे युवराज! आम्ही आवरायला हवं! म्हणजे युवराज तुमचे कुणीच नाहीत?
सोयरा	:	ते आमचे कसे होतील? त्यांना आमच्याबद्दल कधी काही वाटलंय?
शिवाजी	:	राणीसाहेब!
सोयरा	:	आम्ही एक सवाल करू?
शिवाजी	:	जरूर! त्याचसाठी आलात ना?
सोयरा	:	आम्ही जर अभिषिक्त राणी आहोत, तर युवराजपद संभाजीराजांना कसं गेलं?
शिवाजी	:	मग कुणाला द्यायचं होतं?
सोयरा	:	अभिषिक्त राणी आम्ही. अर्थात युवराजपद आमच्या रामराजांना!
शिवाजी	:	राणीसाहेब, मर्यादा सांभाळा. शंभूराजे थोरले. युवराज म्हणून त्यांचाच अधिकार.
सोयरा	:	मग राजाराम काय बारगीर म्हणून दरबारात उभे राहणार? त्या अपमानापेक्षा...
शिवाजी	:	राणीसाहेब, जबान आवरा. आमचा निर्णय झालेला आहे... आम्ही गडावर जाणार आणि... एकच खरं. हे व्हावं, हे तो श्रींची इच्छा!

(सोयराबाई रागारागाने निघून जातात. अंधार होतो.)

(प्रवेश पहिला समाप्त)

प्रवेश दुसरा

(स्थळ	:	शिवाजीमहाराजांचा महाल. शिवाजीराजे शंभूराजांच्या बरोबर बुद्धिबळ खेळत आहेत. राजे प्यादे पुढे सरकवतात.)
संभाजी	:	(हसून) आबासाहेब, तुम्हाला काय वाटलं, एका प्याद्याच्या मोहात आम्ही सापडणार?
शिवाजी	:	अस्सं?
संभाजी	:	आमची चाल उंटाची. (मोहरा करतात) ना अडीच घरं जाऊ;

		ना सरळ.
शिवाजी	:	व्वा! छान!
		(येसूबाई येतात. महाराजांना पाहून थबकतात.)
शिवाजी	:	या सूनबाई, या. अहो, अशा वेळी तरी तुम्ही संकोच करू नका. आमच्या आयुष्यात असे प्रसंग फार थोडे येतात.
येसू	:	नाही, म्हटलं, आपल्या डावात व्यत्यय नको.
शिवाजी	:	व्यत्यय कसला? उलट, तुम्ही आल्यामुळं अधिक रंग भरेल. या इकडे. (आपल्या बाजूला येण्यासाठी खुणावतात) शंभूराजे, राजकारणाचे डावपेच मांडावेत, ते या बुद्धिबळाच्या पटावर. अडीच घरांत नाचणारा घोडा, तर सुसाट वेगानं धावणारा वजीर. त्यांच्यामागून राजा नि:शंकपणे जात असतो. यावरच सगळा पट सावरायचा असतो. हं! चला, राजे. करा मोहरा.
		(संभाजी वजीर पुढे सरकवतो.)
शिवाजी	:	काय चाल केलीत, शंभूराजे! वजीर भरीस घालता?
संभाजी	:	नाही, आबासाहेब. आमचा वजीर असा खर्ची पडणार नाही. तुमची चाल करा ना!
येसू	:	आबासाहेब, घेऊन टाका वजीर.
शिवाजी	:	नाही, सूनबाई. तुमच्या लक्षात नाही आलं. आम्हाला चांगलंच कोंडीत पकडलंय तुमच्या स्वारीनं.
येसू	:	का, बाई! काय झालं?
शिवाजी	:	अहो, वजीर मारायला जावं, तर सरळ राजाला शह बसतो.
संभाजी	:	आणि वजीर राहूनसुद्धा डाव हाती लागणार नाही, आबासाहेब.
शिवाजी	:	मान्य! युवराज, आम्ही हरलो. अहो, खुद्द भावेश्वरी महालात आली. तिच्या पावलांनी तुम्हाला यश लाभणारच.
संभाजी	:	व्वा! खासा न्याय!
येसू	:	म्हणजे? डाव संपला?
संभाजी	:	आम्ही एवढा विचार करून डाव जिंकला आणि श्रेय कुणाला?
		(येसूबाईकडे पाहतात. शिवाजीराजे हसतात. येसूबाई लाजतात.)
येसू	:	आपण खरंच हरलात?
शिवाजी	:	त्यात आश्चर्य कसलं? शंभूबाळ, आम्ही कधी हरलो, तर तुमच्या प्रेमापोटीच हरू. आम्हाला पराजित करण्याची शक्ती दुसऱ्या कुणात नाही; पण एक लक्षात ठेवा. युवराज, ज्यांना पराजयाची भीती नाही, तेच विजय संपादन करू शकतात.

संभाजी	:	आबासाहेब, बुद्धिबळाच्या डावात भान हरपून जायला होतं, नाही?
शिवाजी	:	हां राजे! भान हरपावं, असे तीनच डाव आजवर आम्ही खेळलो. एक मिर्झाराजांच्या बरोबर. तो डाव जिंकला. दुसरा आजचा. तो तुम्ही जिंकलात.
संभाजी	:	आणि तिसरा?
शिवाजी	:	तो डाव तसाच अर्धा राहिला.
येसू	:	कुणाबरोबर खेळलात, ते तर सांगावं.
शिवाजी	:	(सईबाईंच्या आठवणीतून जागे होतात) अं! दुसरा कुठला डाव असणार? हा स्वराज्याचा. जोडीदाराचं नाव आहे दैव. त्याच्याशी झुंज देता देता आम्ही थकलो; पण डाव नजरेत येत नाही. आता हा डाव तडीस न्यायचा तुम्ही.
संभाजी	:	आबासाहेब....
शिवाजी	:	हां, शंभूबाळ! तुम्ही भावी राज्याचे धनी. तुम्हाला फार जपायला हवं. राजा म्हणजे प्रजापालक. लोकनायक! चारित्र्य हा तर त्याचा पाया. आपल्या जीवनाशी हवा तसा खेळ खेळायला तुमचं आमचं आयुष्य स्वस्त नाही. त्याची गुंतवण केव्हाच झाली आहे.
संभाजी	:	आँ! (येसूबाईकडे कावऱ्या-बावऱ्या नजरेनं बघतात.)
शिवाजी	:	का? असे गांगरून का गेलात?
		(संभाजीराजे काही बोलत नाहीत.)
शिवाजी	:	बोला ना!
संभाजी	:	काही नाही, आबासाहेब. आम्हाला सुचत नाही. मासाहेब गेल्या. आमच्या जिवाला चैन पडत नाही.
शिवाजी	:	शंभूबाळ, अशी मनाची चलबिचल बरी नव्हे.
संभाजी	:	(उठतात) येतो आम्ही, आबासाहेब.
		(मुजरा करून जातात. हंबीरराव आणि मोरोपंत जाणाऱ्या संभाजीराजांकडे पाहत प्रवेश करतात.)
शिवाजी	:	सूनबाई, काय झालं युवराजांना? ते असे तडकाफडकी का गेले?
येसू	:	तसं काही घडलं नाही.
शिवाजी	:	घडलं नसेल, तर फार बरं! जगदंबेची कृपा... पण येसू, एक लक्षात ठेव. तू आता लहान नाहीस. तुझी जबाबदारी फार मोठी

आहे. राज्याचा वारस तुला सांभाळायचा आहे. तुला ती जाणीव राहावी, म्हणून आजपासून जेव्हा आम्ही गडावर नसू, तेव्हा आमचा शिक्का-कट्यार तुमच्या स्वाधीन राहील.

येसू : आबासाहेब, ही जबाबदारी...

शिवाजी : चिंता करू नकोस. शंभूराजे आले, की आम्ही त्यांना सांगू. एक वेळ शंभूराजे आमच्या हातून सुटतील; पण ते तुझ्या हातून सुटणार नाहीत; याची आम्हास खात्री आहे. आमच्या शंभूबाळांना जखडून ठेवण्याचं सामर्थ्य तुला लाभलं; यात आम्हाला आनंद आहे. सूनबाई, तुम्ही या आता.
(येसूबाई जातात.)

शिवाजी : बोला हंबीरराव.
(हंबीरराव मोरोपंतांकडे बघतात.)

मोरोपंत : महाराज, धरणा गावच्या लुटीची नुकसानभरपाई मागण्यासाठी इंग्रज वकील गडावर आले आहेत. त्यांचा निर्णय व्हायचा आहे.

शिवाजी : ही नुकसानभरपाई देण्यास आम्ही बांधील नाही.

हंबीरराव : पण, महाराज, त्यांची भेट...

शिवाजी : आम्ही आमचा मनोदय सांगितला. आता तुमचा विचार सांगा.

मोरोपंत : महाराज, आपला निर्णय मान्य आहे.

शिवाजी : पंत, राज्याचे निर्णय यापुढं अष्टप्रधानांनी करावेत, अशी आमची इच्छा आहे. आमच्या बेतात काही गफलत दिसली, तर आपण जरूर सांगावं. आम्ही ते आनंदानं मान्य करू. बोला, हंबीरराव. काय खबरबात?

हंबीर : जंजिरा-मोहिमेची तयारी सुरू आहे.

शिवाजी : सारी तयारी झाली? हंबीरराव, तुम्ही आमचे सेनापती. सारा फौजफाटा हाकेसरशी उभा करण्याची जबाबदारी तुमची.

हंबीर : जी, महाराज! नजरबाजाकडून सर्व खबर मिळण्याची व्यवस्था झाली आहे.

शिवाजी : पंत, तुम्ही राजाचे सव्यसाची. वीर मुत्सद्दी. आम्ही जंजिरा मोहीम आपल्यावर सोपवीत आहोत.

मोरोपंत : मोहीम यशस्वी होईल, याबद्दल महाराजांनी निश्चिंत असावं.

शिवाजी : चिंता मोहिमेची नाही. चिंता आहे, ती, माघारी काय होणार याची आणि अनाजी कुठं आहेत? फोंड्याच्या मोहिमेनंतर

		त्यांची आमची भेटदेखील नाही.
मोरोपंत	:	अनाजींना बोलावणं पाठवलंय महाराज.
शिवाजी	:	त्यांना दहा वेळा बोलावणं केलं, तरी ते येत नाहीत. पंत, याचा अर्थ काय?
		(सोयराबाई प्रवेश करतात.)
सोयरा	:	ते येतील कसे? आणि कशाला?
शिवाजी	:	राणीसाहेब, काय बोलता? काय झालं अनाजींना?
सोयरा	:	मला कशाला विचारता? तुमच्या युवराजांना विचारा.
शिवाजी	:	काय केलं युवराजांनी?
सोयरा	:	काय केलं नाही, ते विचारा. वेळी-अवेळी गाणी-बजावणी... नाच-गाणी, शिकार यांखेरीज त्यांना काही सुचतं का? त्यांना बोलणार कोण?
शिवाजी	:	युवराजांना गाण्याचा शौक आहे. तरुण वय आहे. गेले असतील गाणं ऐकायला. जात असतील शिकारीला, पण अनाजी न येण्याचा संबंध याच्याशी काय?
सोयरा	:	संबंध आहे तर! कारण आता जनावरांच्या शिकारीपेक्षा माणसांच्या शिकारीचा छंद जडलाय तुमच्या युवराजांना.
शिवाजी	:	तुमच्या, तुमच्या... तुमच्या! याखेरीज दुसरा शब्दच येत नाही का? राणीसाहेब, कधी तरी त्यांना आपला माना.
सोयरा	:	आम्ही खूप मानू, पण त्यांनी मानलं पाहिजे ना?
शिवाजी	:	कसला सवाल करताय राणीसाहेब. आईविना पोरकं पोर ते. तुम्ही तरी त्याला समजून घ्यायला हवं.
सोयरा	:	समजून घ्यायचं, म्हणजे काय करायचं? ते कसेही वागले, तरी आम्ही सहन करीत राहायचं.
शिवाजी	:	सहन न करण्याइतपत युवराजांच्या हातून कोणता अपराध घडलाय ते तरी सांगाल? (कोणी काही बोलत नाही. त्याच वेळी मदारी येतात.)
शिवाजी	:	मदारी, अनाजी आले?
मदारी	:	जी! नाही.
शिवाजी	:	का? त्यांची तब्येत ठीक आहे ना?
मदारी	:	जी!
शिवाजी	:	मग का येत नाहीत ते?
सोयरा	:	कारण त्यांना अब्रूची चाड आहे.

(राजे वळून पाहतात... मग मोरोपंतांकडे. मोरोपंत खाली मान घालतात.)

शिवाजी : (मोरोपंतांना) पंत, अनाजींचा असा कोणता गुन्हा घडलाय, की त्यांनी आमच्यासमोर यायला लाजावं.

सोयरा : गुन्हा अनाजींचा नाही.

शिवाजी : राणीसाहेब!

सोयरा : गुन्हा त्यांचा नाही. गुन्हा आहे आपल्या युवराजांचा. अनाजी फक्त निस्तरताहेत.

शिवाजी : मतलब?

सोयरा : स्पष्ट बोललं, तर राग येतो; पण तुमच्या शंभूबाळांनी महापराक्रम केलाय...

शिवाजी : काय केलं युवराजांनी?

हंबीरराव : राणीसाहेब...

शिवाजी : थांबा हंबीरराव, बोलू द्या त्यांना. राणीसाहेब, पत्थराचं मन घेऊन आम्ही उभे आहोत. तुम्ही सांगाल, ते आम्ही ऐकू. मग वीज कडाडली, तरी चालेल.

सोयरा : महाराज, ऐकावंच लागेल... तुमच्या लाडक्या शंभूराजांनी अनाजींच्या नात्यातल्या मुलीला पळवून नेलं. जबरदस्तीनं लिंगाण्यावर ठेवलंय.

शिवाजी : बस्स करा, राणीसाहेब! पंत, कसला आरोप करताहेत या? पंत, बोलत का नाही? हे सत्य आहे?

मोरोपंत : महाराज, असं ऐकतो. अनाजी सेवेतून निवृत्त व्हायच्या गोष्टी करताहेत.

शिवाजी : मग हे आमच्या कानांवर का आलं नाही? सारेच आम्हास अंधारात का ठेवतात? हंबीरराव, युवराज कुठं आहेत?

सोयरा : सध्या गडावरच आहेत. हवं, तर त्यांना बोलावून विचारा.

शिवाजी : पंत, तुम्ही असेच गड उतरा. हे खरं असेल, तर अनाजींना फार मोठा धक्का बसला असेल. याची वाच्यता कुठं होऊ देऊ नका.
(मोरोपंत जाण्यासाठी वळतात. तेवढ्यात दरवाज्यात अनाजी दिसतात.)

शिवाजी : या अनाजी... अनाजी... आम्ही एवढे का परके, की आमच्यावर रागावून तुम्ही गडाखाली राहावं. (अनाजी बोलत नाहीत.)

सांगा अनाजी, आम्ही ऐकलं, ते खरं?

(अनाजी होकारार्थी मान हलवतात.)

अनाजी : महाराज, किती केलं, तरी आम्ही चाकर. ते पडले युवराज. उद्याच्या राज्याचे स्वामी. आज आम्ही त्यांच्याविरुद्ध तक्रार केली, तर आपली नाराजी होईल त्यांच्यावर, पण एक ना एक दिवस आपण एक व्हाल, तेव्हा... झालेली गोष्ट भरून येणार नाही. पोर मेली, असं समजून आम्ही गप्प बसलो.

शिवाजी : फार मोठी चूक केलीत, अनाजी. संभाजीराजे आमचे पुत्र असतील; पण प्रथम ते राज्याचे युवराज आहेत. राज्याची जबाबदारी पेलणारे तुम्ही. ही तुमचीही जबाबदारी होती. (थोडं थांबून... मुद्रा करारी बनते.) अनाजी, संभाजीराजांचा निवाडा उद्या भरदरबारी केला जाईल.

सोयरा : हे करू नये.

शिवाजी : कारण?

सोयरा : यातून काही निष्पन्न होणार नाही. उगीच गवगवा तेवढा वाढेल.

शिवाजी : राणीसाहेब, गुन्हा शाबीत झाला, तर...

सोयरा : तर...! ताकीद देऊन सोडणं होईल... असंच ना?

शिवाजी : (थोडं थांबून) राणीसाहेब, अशा गुन्ह्यांना आम्ही आजवर जी शिक्षा देत आलो, तीच युवराजांना दिली जाईल.

अनाजी : महाराज...

शिवाजी : थांबा, अनाजी. गुन्हा सिद्ध झाला, तर युवराजांना तोफेच्या तोंडी देण्यात येईल.

मोरोपंत : महाराज...

शिवाजी : तुम्ही आता जा. आम्हाला काही ऐकायचं नाही...

(सारे जातात. शिवाजीराजे एकटेच उभे आहेत...)

(प्रवेश दुसरा समाप्त)

प्रवेश तिसरा

(दरबार भरलेला आहे. अनाजी, मोरोपंत, हंबीरराव, मदारी ही मंडळी बसलेली आहेत.)

हंबीरराव : अनाजी, आजच्या दरबारचा गुंता फार कठीण आहे.

मोरोपंत : गुंता कसला! झालं, हे ठीक झालं नाही. अनाजी, कसं सांगावं तुम्हाला, हा घरचा गुंता राजदरबारी येतो आणि त्यात खुद्द युवराज सापडतात.

अनाजी : म्हणून का आम्ही ते सहन करावं?

हंबीरराव : तुमच्या जागी आम्ही असतो, तरी आम्हीही हे सहन केलं नसतं; पण महाराजांचा विचार करायला नको का? ते राहिले, तर आम्ही राहू.

अनाजी : हंबीरराव, आम्ही का इतके बेइमान आहोत? आमच्या नात्याचीच; पण पोटची पोर जरी बळी पडली असती, तरी...

हंबीरराव : मग महाराजांच्या समोर हा न्यायनिवाडा आणला कुणी?

अनाजी : आम्ही आणला नाही.

हिरोजी : हा दोष आपल्या वाड्याचा आहे. या वाड्यामध्ये कोणतीही गोष्ट लपून राहत नाही. आमच्या-तुमच्या सामान्यांच्या घरामध्ये एखादी गोष्ट लपून राहू शकते; पण राजघराण्यातली गोष्ट हजार तोंडांनी पसरते. त्याला आम्ही-तुम्ही काय करणार?

मोरोपंत : यासाठीच आम्ही पंतप्रधान झालो का? या गोष्टी जर आपल्याला सावरता येत नसतील, तर पद बाळगायचं कशाला? वेळ वैऱ्याची आहे. काय अनर्थ घडणार आहे, तो एक परमेश्वर जाणे! घडायचं, ते घडून गेलेलं आहे. अनाजी, आता सर्व काही तुमच्या हाती आहे. राखायचं असेल, तर ते तुम्हीच राखू शकाल.

अनाजी : काय राखायचं? झालं, हे ठीक झालं, असं मी म्हणू का? महाराजांच्या समोर कोणत्या तोंडानं मी सांगू? आणि काय सांगू? मोरोपंत, महाराज ऐकतील?

(ललकारी ऐकू येते. क्षत्रियकुलावतंस सिंहासनाधीश्वर गोब्राह्मण प्रतिपालक हिंदूपतपातशहा श्रीमंत श्री छत्रपती शिवाजीमहाराज...

शिवाजीमहाराज प्रवेश करतात.)

शिवाजी : मोरोपंत, थांबलात कशासाठी? सुरुवात करा.

मोरोपंत : कोकणातून तीन हजारांची अनामत आलेली आहे. ती कुठं रुजू करायची?

शिवाजी : मोरोपंत, नको त्या बाबीकडे आमचं लक्ष वळवू नका. त्यानं काही साधणार नाही. आम्ही आज्ञा केली होती. युवराज आमच्या समोर आले पाहिजेत. कुठं आहेत युवराज?

मोरोपंत : पण महाराज, एवढ्या तातडीनं...

शिवाजी : खामोश! मोरोपंत, निदान तुम्ही तरी आमच्या आज्ञेचा अवमान करू नका. विनाविलंब युवराजांना हजर करा.

(हंबीरराव आणि सेवक जातात.)

मोरोपंत : महाराज, अनाजींची काही तक्रार नाही.

शिवाजी : पंत, तुम्ही आम्हास हे सांगता? प्रजा बटीक नाही. पंत, प्रजा लेकरासारखी आहे आणि हे भान ज्यांनी राखलं नाही, त्यांची गय आजवर आम्ही केली नाही. पंत, रांझे पाटील विसरला असाल तुम्ही. सखूजीरावांची याद तुम्ही ठेवली नसेल; पण आम्ही ते विसरलो नाही. मोगली सल्तनतीचे शौक आमच्या श्रींच्या राज्यात आम्ही खपवून घेत नाही, हे तुम्ही जाणता. श्रींचं राज्य, म्हणून तो उच्चार करण्याचं बळ आम्हास का लाभलं, हेही तुम्ही जाणता. नाही पंत, आकाशीची कुऱ्हाड मस्तकावर कोसळली, तरी आम्ही तो आघात आनंदानं मस्तकावर घेऊ, पण असले आघात... नाही, पंत, ते होणे नाही... होणार नाही.

(संभाजी व हंबीरराव येतात.)

शिवाजी : शंभूराजे, तुम्ही राज्याचे युवराज. आमचा सारा भरोसा तुमच्यावर; पण आज घडीला तुमच्या वर्तणुकीच्या अफवांनी या श्रींच्या राज्याला तडा जाण्याची वेळ येऊन ठेपली आहे. शंभूराजे, हे तख्त श्रींचं! निष्कलंक वर्तन असेल, तरच या तख्तानजीक जाण्याचा अधिकार राहील. न पेक्षा तो अधिकार गमावलेला असेल. या अफवांमध्ये सत्य लपलं असेल, तर शंभूराजे, ऐकून ठेवा; आमच्या स्वराज्याची कल्पना, आमच्या डोळ्यांदेखत धुळीला मिळालेली बघण्याचं दुर्दैव आम्हाला भोगावं लागेल. छत्रपती होऊनही आम्ही उघड्यावर पडू. ते शल्य आमच्या

मनाला अखेरपावेतो सतावत राहील. अनाजी, बोला. तुमची कैफियत ऐकायला आम्ही सिद्ध आहोत...

अनाजी : नाही, महाराज... तसं काही घडलं नाही...

शिवाजी : अनाजी, असत्य बोलताना चाचरावं... सत्य असेल, ते स्पष्टपणे सांगावं. परिणाम काही होवोत. कुणाचाही मुलाहिजा राखू नये. आम्ही तुमच्याकडून हीच अपेक्षा करतो. अनाजी, तुमच्या कुलदैवताचं स्मरण करून सांगा. जे सत्य असेल, ते ऐकण्याचं आमचं बळ आहे.

अनाजी : महाराज...

मोरोपंत : अनाजी!

शिवाजी : खबरदार, कुणी जबान उचलली, तर! आम्ही इथं आहोत, याचं भान बाळगा. बोला, अनाजी. जे बोलायचं, ते स्पष्टपणे बोला.

अनाजी : महाराज, गोतावळ्यातली मुलगी माहेरी आली होती. युवराजांनी तिला लिंगाण्यावर नेऊन ठेवलीय.

शिवाजी : संभाजीराजे, अनाजी सांगतात, हे खरं आहे?

संभाजी : जी! खरं आहे; पण आम्ही तिला बळजबरीनं नेलं नाही. ती स्वखुशीनं आली आहे.

शिवाजी : स्वखुशीनं! संभाजीराजे, हे आम्हास सांगता? आमचे युवराज एका परस्त्रीला फितवतात; लिंगाण्यावर नेऊन ठेवतात!... आणि हे आम्हास कळत नाही? हा रिवाज दरबारी केव्हा सुरू झाला? आमच्या राणीवशापर्यंत या गोष्टी जातात... आम्हाला का कळत नाहीत? अनाजी, आमच्या कानांवर का नाही घातलंत?

अनाजी : महाराज, आमची अब्रू गेली, हे कोणत्या तोंडानं सांगणार?

शिवाजी : नाही, अनाजी. अब्रू तुमची नाही गेली. अब्रू गेली, ती आमची! कुणाच्याच ध्यानी कसं हे येत नाही? युवराज, तुमच्या पदाची तरी जाण ठेवायची होती. काय केलंत हे! आमच्याही जीवनात इंद्रालाही मोह पडावा, असे प्रसंग आले होते. कल्याणच्या सुभेदाराची लावण्यवती सून आमच्यासमोर उभी होती; पण तिला पाहताना दर्शन घडलं, ते जगदंबेचं आणि आमच्या तोंडून शब्द गेले; आमच्या मासाहेब अशाच सुंदर असत्या, तर आम्हीही असेच सुंदर झालो असतो. युवराज, हे भान तुम्ही का विसरलात? कसला दुर्दैवी प्रसंग आमच्यावर आणलात? नाही राजे, या गोष्टीला क्षमा नाही.

अनाजी	:	महाराज, जरा शांत व्हावं.
शिवाजी	:	खामोश! आता तुम्हाला बोलण्याची मुभा नाही. हा तर धर्मनिर्णय आहे. राजकारणी निर्णय नाही. तुम्ही काही बोलू नका. नाही, अनाजी, या गुन्ह्याला शिक्षा एकच!... (सर्वजण अवाक होतात.)
शिवाजी	:	या गुन्ह्याला शिक्षा एकच... कडेलोट! अथवा तोफेच्या तोंडी!
सर्वजण	:	महाराज!
शिवाजी	:	खामोश!
हंबीरराव	:	महाराज, बोलतो, त्याची क्षमा असावी...
शिवाजी	:	बोला! आता ऐकण्याखेरीज राहिलंय काय?
हंबीरराव	:	महाराज, हा निर्णय एकतर्फी होतोय.
शिवाजी	:	एकतर्फी! याला दुसरी बाजू आहे कुठली?
हंबीरराव	:	महाराज, ज्यांना आपण गुन्हेगार समजलात, त्यामध्ये ती मुलगीही गुन्हेगार आहे. महाराज, त्या मुलीची बाजू ऐकून घेणं उचित ठरेल. टाळी एका हातानं वाजत नाही! महाराज, आपण ध्यानी घ्यावं.
शिवाजी	:	हंबीरराव, ठीक आहे. उद्या त्या मुलीला बोलावून घ्या. त्या मुलीची बाजू आम्ही ऐकून घेऊ आणि नंतरच आम्ही युवराजांचा निर्णय करू; पण हंबीरराव, तोवर युवराजांना गडाचे दरवाजे बंद राहतील. जोवर निर्णय लागत नाही, तोवर युवराजांना जगदंबेची माळ गळ्यात बाळगता येणार नाही. आम्ही राजे कधीच नव्हतो. आम्ही देवीचे भोपे. व्यभिचाराचा आरोप जोवर मस्तकावर आहे, तोवर ही जगदंबेची माळ संभाजीराजांच्या गळ्यात राहणार नाही. संभाजीराजे, उतरवा ती माळ. कमरेला बाळगलेली तलवार, हे पराक्रमासाठी असते. अत्याचारासाठी नाही... हंबीरराव, पुढं व्हा. ती तलवार आणि गळ्यातली माळ उतरवून घ्या.
हंबीरराव	:	महाराज, हे धारिष्ट्य माझ्या हातून...
शिवाजी	:	हे धारिष्ट्य तुम्हाला नाही? मग कुणाला? हंबीरराव, तुम्ही आमचे सेनापती. तुमच्याकडून आमची अपेक्षा होती, ती सेनापतीच्या कर्तव्याची! (हंबीरराव पुढे होतात. संभाजीराजे तलवारीच्या मुठीवर हात ठेवतात.)
शिवाजी	:	युवराज, ही हिंमत? आणि आमच्या समोर? हंबीरराव, मागे

<table>
<tr><td></td><td></td><td>व्हा. आम्ही येतो. युवराजांच्या तलवारीची धार आम्ही बघू. गुन्हा करायचा आपण आणि शिक्षा भोगायची आम्ही!</td></tr>
<tr><td>मोरोपंत</td><td>:</td><td>महाराज, शांत व्हा...</td></tr>
<tr><td>शिवाजी</td><td>:</td><td>शांत व्हा! कोणत्या कारणास्तव, पंत, आम्ही का शांत व्हावं, हे सांगाल! गोब्राह्मण प्रतिपालक... प्रजारक्षण हे आमचं कर्तव्य. त्यात आमची कसूर झाली, तर या सिंहासनाला अर्थ काय?</td></tr>
</table>

(राजे संतापून उठतात. संभाजीराजांचे हात तलवारीच्या मुठीवरून बाजूला होतात. राजे तलवार उपसून बाजूला फेकतात. कवड्यांच्या माळेकडे हात जातात. त्याच वेळी संभाजीराजे स्वत:च्या हातानं माळ ताडकन तोडतात. फेकतात आणि त्वेषानं निघून जातात. जाताना...)

<table>
<tr><td>संभाजी</td><td>:</td><td>महाराज, आता आम्ही पुत्र राहिलो नाही. आम्ही फक्त युवराज राहिलो. युवराज. मुजरा करतो. (जातात.)</td></tr>
<tr><td>शिवाजी</td><td>:</td><td>कुणाला सांभाळायचं? राज्याला, का युवराजांना? सई, कसली जबाबदारी टाकलीस आमच्यावर? जाताना सांगितलं होतंस. शंभूबाळांना तळहातावरच्या फोडासारखं जपा, म्हणून! आता आठवण ठेवायची, ती तुझ्या प्रेमाची, की राज्याच्या जबाबदारीची? सई, तू गेलीस; पण तुझा छळ अजून संपला नाही. किती छळतेस? ... हंबीरराव, तुम्ही जा... सारे जा... आता या छत्रपतींची दुर्दशा पाहण्यास कुणी थांबू नका... आम्हाला एकांत हवा... एकांत...</td></tr>
</table>

(सारे वळत असतानाच अंधार होतो.)

(प्रवेश तिसरा समाप्त)

प्रवेश चौथा

<table>
<tr><td>(स्थळ</td><td>:</td><td>शिवाजी महाराजांचा महाल, रंगमंचावर मंद उजेड.</td></tr>
<tr><td>वेळ</td><td>:</td><td>संध्याकाळची. शिवाजीमहाराज मंचकावर बसलेले आहेत. मदारी प्रवेश करतो.)</td></tr>
<tr><td>शिवाजी</td><td>:</td><td>ये, मदारी ये. जीवन-मरणाच्या संकटातून सोडवणारे तुम्ही. या</td></tr>
</table>

वेळेला तुमच्याखेरीज कोण आहे? ये, आत ये. मदारी, आम्ही फार एकाकी पडलो, रे! फार एकाकी...

मदारी : महाराज, असं बोलू नये. एकाकी का म्हणता? लाख मोलाचा जीव जगवण्यासाठी जिवाच्या पायघड्या घालणारे लाखो असताना उदास का व्हावं?

शिवाजी : कोण लाख मोलाचा जीव? अरे, शरीराचा आत्माच हरवला, तर या कुडीला अर्थ काय? आमचा शंभूबाळ...

मदारी : नको, महाराज... असं बोलू नका. सारं ठीक होईल.

शिवाजी : मदारी, तू मला हे सांगावंस? आज कुणाकडून शहाणपणा घ्यायचा आणि कुणाकडून वैर पत्करायचं, हेच कळेनासं झालं आहे.

मदारी : महाराज, असं बेचैन होऊ नका. जरा शांतपणानं घ्या. शंभूबाळ चुकले असतील, चूक घडली असेल; पण ती का घडली, हे बघायला नको का?

शिवाजी : मदारी, आता तूही शहाणपण शिकवायला लागलास? का? आम्ही हरलो, म्हणून?

मदारी : ही बेअदबी झाली असेल, तर महाराज, मलाही तोफेच्या तोंडी द्या; पण आम्हाला काळजी वाटते, ती आपली.

शिवाजी : आम्हाला काळजी आमची नाही, मदारी. काळजी आहे, ती या राज्याची. आमच्या वारसांची!

पुतळा : (प्रवेश करते) वारस आणि राज्य यांखेरीज काहीच का सुचत नाही?

शिवाजी : कोण? पुतळा? राणीसाहेब, इथंच सारं चुकतं. कोणाचं राज्य आणि कोण वारस? राज्य आहे, ते प्रजेचं आणि वारस आहेत तेच! आम्ही कोण?

पुतळा : पण हा मनस्ताप कशासाठी?

शिवाजी : राणीसाहेब, खुद्द छत्रपतींच्या घराला आग लागली आणि आम्ही स्वस्थ राहू म्हणता? उद्या शंभूराजांचा निर्णय व्हायचा आहे. तो निर्णय कोणता घ्यायचा? पुतळा, आम्हाला फार भीती वाटते. एका बाजूला सईची आठवण येते आणि दुसऱ्या बाजूला शंभूराजे. कुणाशी प्रामाणिक राहायचं? राज्याशी? घराशी? का सईशी?

पुतळा : महाराज, असे कातर होऊ नका.

शिवाजी : अशा समजुतीनं मन शांत झालं असतं, तर केवढं बरं झालं

असतं; पण कुणाला विसरायचं आणि कुणाला आठवायचं, काही कळत नाही. आम्ही फार कातर झालोय.

पुतळा : महाराज, असं बोलू नये. आपल्या तोंडी हे शब्द शोभत नाहीत.

शिवाजी : कृती दुसऱ्यांनी करायची आणि शब्द आमच्या तोंडी घालायचे? राणीसाहेब, काय बोलताय हे?

पुतळा : उद्या येईल ना ती पोर. सांगेल ना खरं-खोटं.

शिवाजी : काय खरं आणि काय खोटं? शंभूराजे कबूल झाले. ते काय खोटं म्हणायचं आहे तुम्हाला?

पुतळा : दिली असेल कबुली. त्यांच्या कबुलीवरच त्यांना दोषी ठरवत असला, तर आमची ना नाही; पण महाराजांनी एक गोष्ट विचारात घ्यावी. त्या पोरीनं कुठल्या संकटाच्या भयानं शंभूबाळांकडे धाव घेतली? शंभूबाळांना ते आपल्या तोंडानं सांगायचं नसेल तर... ज्या गुन्ह्याला आपण देहदंडाखेरीज शिक्षा देत नाही, हे का शंभूबाळांना माहीत नाही? एवढं असूनही शंभूबाळांनी कबुली दिली. का? कोणत्या कारणासाठी? महाराज, हे दुसरं कोणी सांगू शकणार नाही. सांगू शकेल फक्त ती दुर्दैवी पोर.

शिवाजी : राणीसाहेब...

पुतळा : महाराज, आईविना पोरकं पोर ते. राजदंड द्यायचा असेल, तर जरूर द्यावा. आम्ही अडवणार नाही; पण पिता म्हणून खरं-खोटं पाहावं, एवढीच चरणांशी प्रार्थना आहे.

शिवाजी : राणीसाहेब, पित्याचं मन कुठं तरी जागं झालंय, म्हणून तर आम्ही आमची झोप हरवून बसलोय. आम्ही समजत होतो, याला दुसरी बाजू नाही; पण राणीसाहेब, याला दुसरी बाजू आहे. तेवढीच आम्ही आशा ठेवतो. शंभूबाळावर आमचा जीव केवढा आहे, ते कुणाला सांगू? एका जात्या जिवाला आम्ही वचन दिलं. शंभूराजांना तळहाताच्या फोडासारखा जपेन, म्हणून; पण पुतळा, आम्ही हेही विसरू शकत नाही, आम्ही विलासी राजे नाही. राजोपभोग आम्ही कधीच घेतला नाही. राजा चारित्र्यसंपन्न, प्रजादक्ष असावा, हे भान आम्हाला जगदंबेनं सदैव दिलं... आणि युवराजांच्या बाबतीत...

पुतळा : महाराज, शंभूबाळांचं वय ते काय? त्याचा विचार नको का?

शिवाजी : वय!... राणीसाहेब, हे वय नेहमी बेतालच असतं. आम्हाला

आठवतं आमचं वय. चंद्रराव मोऱ्यांची मुलं आम्ही कैद करून आणली होती. एकजण पळून गेला आणि एकाचा आम्ही शिरच्छेद केला– भरचौकात. त्याला कारण एकच होतं. आमचं वय. त्या वेळेस आमच्या मासाहेब म्हणाल्या, 'हेच तुम्ही करणार असाल, तर तुमच्यात आणि मोगलांत काही फरक उरणार नाही.' त्या शब्दांनी आम्ही शुद्धीवर आलो. युवराजांना हे सांगणार कोण? आणि युवराज झाल्या प्रकाराचा खेद बाळगायला तयार हवेत ना!

पुतळा : ऐकायला तरी माणसं हवीत ना! शंभूराजांना पश्चात्ताप झाला. आम्ही त्यांना घेऊन आपल्या भेटीला आलो होतो; पण आपण आम्हाला दरवाजे बंद केलेत.

शिवाजी : पश्चात्ताप! राणीसाहेब, या शब्दाचा अर्थ कळतो का? चूक लक्षात आल्यानंतर क्षमा मागायला यायचं, याला म्हणतात पश्चात्ताप.

पुतळा : महाराज, एवढ्या कठोरपणानं ही गोष्ट घेऊ नये.

शिवाजी : मग मायेचं लेकरू म्हणून पदराखाली सांभाळा त्याला. ते घरात शोभेल. राजदरबारी नाही.

पुतळा : ठीक आहे. येते मी.

शिवाजी : पुतळा, अशी संतापून जाऊ नकोस. एकाचा संताप सहन करता करता जीव कासावीस झाला. निदान तुम्ही तरी संतापू नका. शंभूबाळ का आम्हाला परके? आम्ही पत्थर असू; पण त्याच पत्थरात कुठंतरी झरा असतो, हे कसं तुमच्या ध्यानी येत नाही? शंभूबाळ असाच एक झरा आहे, याचं का आम्हाला भान नाही? त्याला कसं जपावं, या विचारातून आलेला हा वैताग आहे. राणीसाहेब, आम्हाला इतकं पत्थरदिल समजू नका. काल तुम्ही दरवाज्याशी येऊन परत गेलात; पण त्या वेळी आमच्यापुढं एकच प्रश्न होता; जगावं की मरावं! आयुष्यात आम्ही हा विचार दुसऱ्यांदा केला. त्या क्षणी आमच्या मनात दुसरे कसलेच विचार नव्हते. त्यात तुमचा अथवा शंभूबाळांचा अपमान करून माघारी पाठवण्याचा हेतू नव्हता. (पुतळाबाई पदरानं डोळे टिपतात.) रडू नको, पुतळा. अश्रूंनी दुःखं कधीच टळत नाहीत. त्यांना सामोरंच जावं लागतं. त्याचीच आम्ही तयारी करतो आहोत. (मोरोपंत येतात.)

शिवाजी : या मोरोपंत, काय खबर आणलीत?

मोरोपंत : सोंध्याच्या दरबारातून पत्र आलं आहे. सोंध्याच्या राणीनं आपल्या दरबारी आमचा वकील ठेवून घेतला आहे.

शिवाजी : पंत, सोंधेकर दौलतीस मिळाले, पण बेदनूरकर मात्र दूरच राहिले. आपले कोण आणि परके कोण, हे त्यांना कधी कळणार, कोण जाणे!

मोरोपंत : महाराज, आणखी एक खबर आहे. आपल्या आज्ञेप्रमाणे जंजिऱ्याला आरमार गोळा होत आहे.

शिवाजी : ठीक आहे.

मोरोपंत : आज्ञा होईल, तर या मुदतीत कल्याणकडे एकदा जाऊन यावं, म्हणतो.

शिवाजी : जरूर! तुम्ही निर्णय केलात, तो पारखायचं कारण काय?

मोरोपंत : (चाचरत) बरोबर मदत...

शिवाजी : कोण हवे असतील, त्यांना संगती घ्या. हंबीरराव हवे असतील, तर त्यांना घ्या.

मोरोपंत : जी! त्यांना कशाला?

शिवाजी : मग आपल्या मनात कोण आहे?

मोरोपंत : महाराज, (नजर चुकवत) युवराज...

शिवाजी : मोरोपंत, तुम्ही आम्हास कोण समजता? आम्हालाही भावना आहेत. आम्हीदेखील माणूसच आहोत. पंत, शिक्षा फक्त युवराजांनाच झाली नाही. आम्हीदेखील ती भोगतो आहोत. 'आबासाहेब' म्हणून धावत येणारी येसू हे प्रकरण झालं आणि एकदम मुकी झाली. येते... पाया पडते... जाते... अपराध केला युवराजांनी आणि शिक्षा भोगतो आहोत आम्ही.

मोरोपंत : म्हणूनच युवराजांना एक वेळ माफी व्हावी.

शिवाजी : एक वेळ माफी? काय बोलता, पंत! आम्हीही कधी काळी लहान होतो. गडावरून पाचाडला खाली उतरलो, की विहिरीवरच्या पोरीबाळी पाण्याच्या कळश्या घेऊन आमचे पाय धुण्यासाठी धावत असत. आज आमचे युवराज गडाखाली जातात, तेव्हाचं दृश्य पाहा जरा. पोरीबाळी पाठ फिरवून पळून जातात. पंत आणि तरीही तुम्ही युवराजांची तरफदारी करता? पंत, आम्ही तुमच्या भावना जाणतो. त्यासाठी संभाजीराजांना मोहिमेवर घेऊन जाण्याचं कारण नाही. शक्यतो

लवकर आम्ही साताऱ्याला जायचा विचार करतो आहोत.

मोरोपंत : महाराज, आपण साताऱ्याला जाण्यामागचा मनसुबा ध्यानी नाही आला.

शिवाजी : पंत, आता तुम्ही तिघेजण मोहिमेवर जाता आहात. हाती आलेलं कोल्हापूर, सातारा, परळी या जागा सुरक्षित करून घ्यायला हव्यात. या सर्वांवर नजर ठेवायला सातारा हेच ठिकाण योग्य.
(हंबीरराव येतात.)

शिवाजी : हंबीरराव, ती मुलगी आली?
(हंबीरराव खाली बघतात.)

शिवाजी : बोलत का नाही, हंबीरराव? आम्ही विचारतो आहोत. त्या मुलीला आणलीत?

हंबीरराव : नाही, महाराज.

शिवाजी : कारण?

हंबीरराव : महाराज, बातमी वाईट आहे. आम्ही पोहोचण्याआधीच गैरसमजुतीनं जीवरक्षणासाठी तिनं कड्यावरून स्वतःला झोकून दिलं.

शिवाजी : हरहर! हंबीरराव, काय सांगता? आज जगदंबेनं आमच्यावर अवकृपा केली का? काय बोलता? आम्ही छत्रपती. आमच्याच घरातला एक प्रजानन जीवरक्षणासाठी कड्यावरून लोटून देतो? एवढे का आम्ही नामर्द? पोरी, आमच्या दरबारात न्याय मागायचा होतास. आम्ही तो दिला असता. आज हे ऐकून या छत्रपतीचे हात दुबळे ठरले. पोरी, काय केलंस हे?
(हंबीरराव बोलू पाहतात.)

शिवाजी : हंबीरराव, काही बोलू नका. तुमचे युवराज सुटले. तुमच्या युवराजांचा एकमेव पुरावा या घटनेनं नष्ट झाला आहे. तुम्ही आनंदित झाला असाल; पण आमच्या मनाला मात्र एक शल्य कायमचं लागलं. एका जिवाची आहुती यात पडली, याचं शल्य आम्हाला फार आहे. जगदंबेची इच्छा!... हंबीरराव, तुमच्या युवराजांना आता गडाचे दरवाजे मोकळे आहेत. ते कुठंही जाऊ देत. आता त्यांच्यावर आमची सत्ता नाही... मोरोपंत, अनाजींना जाऊन सांगा. झाल्या प्रकारानं आम्ही शरमिंदे आहोत. या छत्रपतींची मान झुकली आहे. आम्ही फार शरमिंदे आहोत... फार शरमिंदे आहोत...

पडदा

अंक दुसरा

प्रवेश पहिला

(पडदा उघडतो. रंगमंचावर मोरोपंत लिहीत बसलेले आहेत.)

सोयरा : लिखापढी खूप झाली, मोरोपंत. जरा आमच्याकडे लक्ष घाल का?

मोरोपंत : (उठतात) सांगा, राणीसाहेब. काय आज्ञा आहे?

सोयरा : सातारचा खलिता तयार झाला?

मोरोपंत : राणीसाहेब, माफी असावी; पण खलिता एवढा कठोर असू नये.

सोयरा : कठोर? कठोर आम्ही नाही. मोरोपंत; कठोर आहेत, ते तुमचे युवराज.

मोरोपंत : पण महाराजांची प्रकृती बरी नसताना त्यांना युवराजांच्या या बातम्या कळवू नयेत, असं वाटतं.

सोयरा : मोरोपंत, तुमच्या महाराजांची प्रकृती बरी असते केव्हा?

मोरोपंत : पण राणीसाहेब, थोडं सबुरीनं घ्यावं.

सोयरा : मग फाडून टाका खलिता! आम्ही साताऱ्याला जातोच आहोत. समक्षच बोलणं होईल.

मोरोपंत : राणीसाहेब, या बाबतीत आपण थोडा शांतपणे विचार करावा. महाराजांची तब्येत बरी असती, तर बोलण्याचं धाडस केलं नसतं.

सोयरा : मोरोपंत, राज्याचे प्रधान म्हणून आपण आज्ञा करता आहात, असं आम्ही समजावं का? तसं असेल, तर एक गोष्ट विसरता आहात, की आम्ही राजांच्या पत्नी आहोत. हा आमचा घरचा मामला आहे. त्यात डोकावण्याचं धाडस करू नका.

मोरोपंत	:	जी!

(मोरोपंत पुन्हा कलमदाणीशी जाऊन बसतात. तेवढ्यात संभाजीराजे संतापाने आत येतात. मोरोपंत लगबगीनं उठतात. मुजरा करतात. मोरोपंतांना तिथे पाहून संभाजीराजे थबकतात.)

संभाजी	:	मोरोपंत, तुम्ही आणि इथं?
मोरोपंत	:	जी! राणीसाहेबांनी बोलावलं, म्हणून...
संभाजी	:	पंत, काल साताऱ्याहून खलिता आला?
मोरोपंत	:	जी!
संभाजी	:	मग आम्हाला का त्याची खबर नाही?
सोयरा	:	त्याची काही गरज वाटली नाही, म्हणून!
संभाजी	:	पंत, खलिता कुणाच्या नावे आहे?
मोरोपंत	:	रामचंद्रपंतांच्या...
संभाजी	:	अस्सं! आबासाहेबांची तब्येत बरी नाही?
मोरोपंत	:	जी!
संभाजी	:	काय होतं आहे?
मोरोपंत	:	येथून गेल्यापासनं तब्येत बिघडली आहे. मस्तकशूल आहे. दिवसेंदिवस प्रकृती बिघडत आहे.
संभाजी	:	महाराजांची प्रकृती दिवसेंदिवस बिघडते आहे! साताऱ्याहून खलिते येतात... आणि आमच्यापासून ते लपवतात! मोरोपंत, युवराज म्हणून नको, पण त्यांचे चिरंजीव म्हणून तरी आम्हाला ही गोष्ट सांगायची होती.

(मोरोपंत सोयराबाईकडे पाहतात.)

संभाजी	:	राणीसाहेब, आपण साताऱ्याला जाणार?
सोयरा	:	हो! का?
संभाजी	:	मोरोपंत, आम्हीदेखील साताऱ्याला जाणार.
सोयरा	:	युवराज, साताऱ्याला फक्त आम्हालाच बोलावलं आहे.
संभाजी	:	मोरोपंत! याचा अर्थ काय? हे खरं आहे?

(मोरोपंत काहीच बोलत नाहीत. सोयराबाईकडे पाहतात.)

संभाजी	:	ठीक आहे. घर फिरतं आहे. वासे फिरले, तर नवल ते काय? पण या वर्तनाचा जाब साऱ्यांनाच एक दिवस द्यावा लागेल.
सोयरा	:	हेच सांगण्यासाठी इथं आला होतात?
संभाजी	:	काय करणार, राणीसाहेब? सदरेवरचा दरबार आता खासगी महालात आला ना!

सोयरा	:	आला नाही; आणावा लागला. युवराज आपला महाल सोडायला तयार नाहीत. मोहिमा अडून पडल्यात. मग करणार काय?
संभाजी	:	आज्ञा झाली असती, तर आम्ही मोहिमेवर गेलो असतो.
सोयरा	:	कोण सांगणार, जा म्हणून! धरलं तर चावतं, सोडलं तर पळतं, असं झालंय.
संभाजी	:	असं आडून बोलण्यापेक्षा, राणीसाहेब, सरळ सरळ बोला ना!
सोयरा	:	यात न समजण्यासारखं काय आहे? तुम्हाला मोहिमेवर पाठवलं आणि तुम्ही काही प्रताप गाजवलेत, तर त्याला जबाबदार कोण?
संभाजी	:	त्याचसाठी आम्ही गडावर आहोत...
सोयरा	:	गडावर राहून का स्वभाव बदलणार थोडाच?
संभाजी	:	राणीसाहेब!
सोयरा	:	आमच्यावर कशाला डोळे काढता? आम्हाला तुमचे थेर काय कळत नाहीत? जगदीश्वराच्या सेवेसाठी नेमलेल्या कलावंतिणी नोकरी सोडून का गेल्या? एकदा गळ्यातली कवड्यांची माळ उतरली. मोकळे झालात.
संभाजी	:	राणीसाहेब, फार गैरसमज होतो आहे आपला. कलावंतिणी पळाल्या, त्या आमच्या वर्तनामुळं नाही. त्या गेल्या, त्या तुम्हाला सल्ला देणाऱ्या अनाजीमुळं!
सोयरा	:	युवराज...
संभाजी	:	विचारा हवं तर मोरोपंतांना.
सोयरा	:	या प्रकरणात आपल्याला बरीच माहिती दिसते.
संभाजी	:	राणीसाहेब, आपल्या ध्यानी येत नसेल, म्हणून आम्ही सांगतो. आम्ही युवराज आहोत. आबासाहेबांनी आम्हाला राजकारणात गुंतवलंय. आमची बेइज्जत झालेली आम्हाला खपणार नाही.
मोरोपंत	:	युवराज!
संभाजी	:	खामोश! आणि गेलेल्या कलावंतिणीबद्दल म्हणाल, तर, मोरोपंत, त्यांना आणण्यासाठी तुम्ही पत्रं पाठवलीत ना? यासाठी सदरेवरचं राजकारण महाली आणण्याचं काहीच कारण नव्हतं.

(पुतळाबाई दारात येऊन उभ्या राहिल्या आहेत.)

पुतळा	:	युवराज, कुणाला बोलता हे? राणीसाहेबांना?
		(संभाजी पुतळाबाईंना मुजरा करतात.)
संभाजी	:	आईसाहेब, आपण?
पुतळा	:	हद् झाली तुमची!
संभाजी	:	आईसाहेब, आमचं पितृछत्र! ते आजारी पडतात आणि आम्हाला कुणी सांगत नाही. या गडावर काय चाललंय, तेच समजत नाही.
सोयरा	:	राजे आजारी पडले, ते तुमच्या कर्तृत्वानं... आणि आता एवढा कळवळा कशासाठी?
पुतळा	:	राणीसाहेब...
सोयरा	:	तुमचा उपदेश ऐकण्याची गरज नाही. पंत, या तुम्ही. (सोयराबाई आत निघून जातात. मोरोपंतही जातात.)
पुतळा	:	शंभूराजे, किती त्रागा करून घ्याल?
संभाजी	:	आईसाहेब, अलीकडे आमचा जीव सारखा घाबरतो. आम्ही काही केलं... काही बोललं, तरी त्याचा अर्थ उलटा घेतला जातो. कुणाशी चार शब्द बोलावं म्हटलं, तरी आम्हाला जागा राहिली नाही या गडावर. साऱ्यांनाच आम्ही नको झालोय.
पुतळा	:	शंभूबाळ, असं बोलू नका! तुम्हाला तुमच्या पितृछायेची एवढी काळजी वाटते आणि आम्हाला या गडावर बसून आमच्या कुंकवाची काहीच काळजी वाटत नसेल का? तुम्ही सोचता, त्यापेक्षा आमचं दुःख फार मोठं आहे, हे तुमच्या कधी ध्यानात येईल का?
शंभू	:	आईसाहेब...
पुतळा	:	काही बोलू नका, शंभूबाळ. केव्हा तरी माणसानं स्वतःच्या दुःखापेक्षा दुसऱ्याच्या दुःखाची जाण ठेवणं यातच राजेपण लपलेलं असतं, हे विसरू नका! कारण उद्याचे भावी राजे तुम्ही आहात. शंभूराजे, एकदा बोललात, परत असं बोलू नका. निदान मी असेपर्यंत तरी.
संभाजी	:	आईसाहेब, आबासाहेब तिकडे आजारी आहेत. आम्ही त्यांना साधं भेटूही शकत नाही. आम्ही फक्त नावाचे युवराज राहिलो.
पुतळा	:	असं का समजता?

संभाजी : मग कसं समजायचं, आईसाहेब? कोणता अधिकार उरलाय आम्हाला? युवराजपदाला अधिकार लागतो. सत्ता लागते. माणसं लागतात.

पुतळा : नका, राजे. असं हतबल होऊ नका. उद्याच्या राज्याचे तुम्ही धनी. महाराजांनी ज्या कष्टानं हे राज्य उभं केलं, ते राखायचं कुणी?

संभाजी : आईसाहेब, आमच्या हाती आता उरलंय काय? कवी कलशांच्या संगतीत संस्कृत काव्यात रंगण्यापलीकडे आमच्या हाती राहिलंय काय?

पुतळा : राजे, निदान राजांच्यासाठी तरी असं बोलू नका. कदाचित राजांना तुम्ही जाणत नसाल. आम्ही जाणतो. त्यांची काय घालमेल होत असेल, याची कल्पना करा.

संभाजी : त्याची जाणीव आम्हाला नाही, असं कसं म्हणता? आईसाहेब, आबासाहेबांच्या आठवणीनं आमचं मन सैरभैर होतं. त्यांच्या आजारपणाच्या काळजीनं जीव कासावीस होऊन जातो.

पुतळा : शंभूबाळ, राजांच्या तब्येतीची काळजी करण्याचं काहीच कारण नाही, असं कवी कलशांनीच सांगितलंय ना?

संभाजी : हं! आम्ही आबासाहेबांच्या पोटी जन्म घेतला (खिन्नपणे हसत) आणि त्यांच्या तब्येतीची चौकशी आम्ही करतो त्यांच्या कुंडलीवरून! कुणालाच आमच्या अस्तित्वाची जाणीव नाही. आम्हाला काय वाटतं, याचा विचार कुणालाच नाही... आणि घरच्या नोकरांनादेखील आमची किंमत राहिली नाही.

पुतळा : ते दुःख तुमचंच तेवढं नाही, शंभूबाळ! आम्हीसुद्धा गडावरच आहोत. आम्हाला तरी कोण विचारतो! (डोळ्यांना पदर लावते.) आम्हाला काहीच वाटत नसेल?

संभाजी : आईसाहेब, आम्ही चुकलो. आम्ही फक्त आमचाच विचार केला. अन्य कुणाचा विचार आमच्या मनी आला नाही. आईसाहेब, पुसा ते अश्रू. आमच्याजवळ आमची पुण्याई नसेल, पण आबासाहेब लाखांचे पोशिंदे आहेत. ती पुण्याई वाया जाईल कशी? आबासाहेब बरे होतील. खात्रीनं बरे होतील...

पुतळा : शंभूबाळ...

(पुतळाबाई शंभूबाळांच्या जवळ येतात. अंधार पडतो.)

(प्रवेश पहिला समाप्त)

प्रवेश दुसरा

(**स्थळ** : *सातारा*)

मोरोपंत : अनाजी, केवढं संकट टळलं!

अनाजी : संकट! कसलं संकट?

मोरोपंत : संकट नाही तर काय? अनाजी, एक लक्षात ठेवा. महाराज हे जाणते राजे आहेत. ते हरवले असते, तर ते जाणतेपण कुणाकडे सोपवलं असतं? महाराज आजारातून बरे झाले, यासारखा आनंद दुसरा कुठला? हा वटवृक्ष कोसळला असता, तर आम्ही पाखरं वाऱ्याला लागलो असतो. अनाजी, आता राजांना फार जपायला हवं.

अनाजी : मोरोपंत, असं का म्हणता?

मोरोपंत : माणसं जगतात, ती मनानं! शरीरानं नाही. राजांनी किती घाव सोसायचे? याचा विचार तुम्ही-आम्ही करायला हवा.

अनाजी : राजेपण घाव सोसतच जातं!

मोरोपंत : दप्तरी बसून ही विद्वत्ता सांगायला ठीक असतं, पण लाखमोलाचा जीव वारेमोल झाला असता, तर? याचं भान विसरता काय? अनाजी, ही गोष्ट इतकी साधी सोपी नाही.

अनाजी : मोरोपंत, हे आम्हाला सांगता? ज्या पायांशी आम्ही आमची इभ्रत घातली, त्या आमच्या इमानाविषयी शंका घेता?

मोरोपंत : आम्ही त्याचा उच्चार करत नाही, अनाजी. तुमच्या इमानाविषयी आम्ही शंका घेत नाही. तुमची इभ्रत लाखमोलाची, हे आम्ही विसरत नाही; पण ज्यांनी आपले लाखमोलाचे जीव राजांच्या पायांशी घातले, त्यांचा विसर कसा पडावा? तो तानाजी. घरचा लग्नसोहळा असताना कोंढाणा लढवायला जातो. केवळ राजांच्या एका शब्दासाठी! आणि स्वतःचा जीव हरपून बसतो. हा त्याग का कमी वाटतो? अनाजी, स्वतःचं दुःख एवढं मोठं वाढवू नका. आता आपलं एकच कर्तव्य उरलं आहे. राजांना जपणं! त्यात कसूर घडली, तर भवानी आपल्याला क्षमा करणार नाही.

अनाजी : मोरोपंत, कसला आरोप करता आमच्यावर? आमच्यासकट

आमच्या कुटुंबाची आहुती द्यायला आम्ही केव्हाच सज्ज आहोत.

मोरोपंत : आहुती द्यावी स्वेच्छेनं! परेच्छेनं नव्हे.

(शिवाजीराजे प्रवेश करतात.)

शिवाजी : कुणाची स्वेच्छा? आणि कुणाची परेच्छा! हे राज्य व्हावं, ही श्रींची इच्छा, असं आम्ही सदैव गरजतो आणि घरामध्ये स्वकीयांची स्वेच्छा आणि परेच्छा! यापेक्षा दुसरा विचार नाहीच का? अरे, हे छत्रपतीचं राज्य आहे, की सामान्य रयतेचं घर आहे? अनाजी, पुढच्या मोहिमा का तुमच्या ध्यानी येत नाहीत? चारी बाजूंनी परकीयांनी वेढलं असताना तुम्ही या गोष्टी करता? मग आम्ही मंत्रिमंडळ नेमलं कशाला? ही जबाबदारी तुम्हाला पेलत नसेल, तर तुम्ही घरी जाऊन स्वस्थ बसा. आम्ही अन्य व्यवस्था करू.

मोरोपंत : महाराज, आम्ही खासगी बोलत होतो.

शिवाजी : खासगी! आणि तेही आमच्या सदरेवर! मोरोपंत, फार बरं केलंत. मनातली गोष्ट सदरेवर बोलायची नसते; ती खासगीतच बोलायची असते. मनातली गोष्ट उघड केलीत, ते बरं केलंत; पण मोरोपंत, अनाजी, एक गोष्ट ध्यानी ठेवा. सामान्य जीवन आणि राजकारण यात फरक आहे; हे कधीही विसरू नका. आम्हाला एकच विचारायचं आहे, शंभूबाळ का आले नाहीत?

अनाजी : निरोप पाठवलाय, महाराज.

शिवाजी : निरोप! बापाला भेटायला मुलाला निरोप! अनाजी, इकडे आमचा जीव उतावीळ झालाय. त्यांना तातडीनं का बोलवत नाही? नसत्या राजकारणामध्येच तुम्ही का गुंतता? कधीतरी आमच्या मनाकडे लक्ष द्याल का? केव्हातरी वाटतं, जगावं म्हणून! तेवढंदेखील आमच्या नशिबी नाही! अरे, याचा तरी विचार करा.

मोरोपंत : महाराज, संभाजीराजे या गडावर केव्हाही हजर होतील. चिंता करू नये.

शिवाजी : चिंता! आता त्यापेक्षा काही राहिलं नाही. उरली आहे, ती चिंता. फक्त चिंता! जा अनाजी, आता जीव उतावीळ झालाय, तो शंभूबाळांसाठी.

(मदारी प्रवेश करतो.)

मदारी	:	महाराज, युवराज आले आहेत.
शिवाजी	:	पाहिलंत, अनाजी! आशीर्वाद ते जगदंबेचे. तुमचे नव्हेत. जा तुम्ही. आम्हाला शंभूबाळांना भेटायचं आहे.
		(अनाजी, मोरोपंत मुजरे करून जातात आणि संभाजीराजे, मदारी प्रवेश करतात. शिवाजीराजे शंभूबाळांना जवळ घेतात.)
शिवाजी	:	शंभूबाळ, तुम्हाला पाहण्यासाठी जीव केवढा उतावीळ झाला होता!
संभाजी	:	आबासाहेब...
शिवाजी	:	काही बोलू नका, शंभूबाळ. तुम्ही आलात, हेच पुष्कळ!
संभाजी	:	आबासाहेब, आमच्या मनात पुष्कळ होतं आधी यायचं...
शिवाजी	:	शंभूबाळ, काही सांगू नका. आम्ही छत्रपती आहोत. सहस्र नेत्रांनी आम्हाला बघावं लागतं. तुम्ही का येऊ शकला नाही, हे आम्ही जाणतो. तरुण वयाचा दोष असतो. काहीतरी चूक घडते. त्याबद्दल आम्ही तुम्हाला दोष देत नाही. अपराध घडला, याची जाणीव तुम्हाला झाली, हे पुष्कळ झालं. क्षमा कुणी कुणाला करायची? आम्ही तुम्हाला, की तुम्ही आम्हाला?
संभाजी	:	आबासाहेब, काय बोलता हे?
शिवाजी	:	खरं आहे, शंभूबाळ! मूल हे पोटचं पोर. आम्ही तुम्हाला जपू शकलो नाही. दोष लावायचाच झाला, तर तो आम्हालाही नाही का?
संभाजी	:	आबासाहेब, असं बोलू नका. परत असा गुन्हा घडणार नाही.
शिवाजी	:	शंभूबाळ! तख्तावर बसून आम्ही तुम्हाला दोषी ठरवलं असेल; पण या महाली तुम्ही आमचे शंभूबाळच आहात.
संभाजी	:	आबासाहेब, काय बोलता हे?
शिवाजी	:	शंभूबाळ...
संभाजी	:	आबासाहेब, आम्ही चुकलो असू...
शिवाजी	:	शंभूबाळ, आज तुमच्या मासाहेब असत्या, तर त्यांनी तुम्हाला पदराखाली घेतलं असतं. दुर्दैवानं त्या नाही. बाळा, एक लक्षात ठेव. बापाच्या मायेला पदर नसतो. तो पांघरू शकत नाही. नको ती गोष्ट होऊन गेली. आता वृथा शोक करण्यात अर्थ नाही. आयुष्यात चूक घडावी; पण ती पुन्हा घडणार नाही, याची दक्षता बाळगावी.
		त्यातूनच माणसं मोठी होतात. एवढं लक्षात राहिलं, तर काही

सांगण्याची गरज उरणार नाही.

संभाजी : आबासाहेब...

शिवाजी : नको रे बाळा, परत मला मोहात गुंतवू नको. मला मिठी मारू नको. तेवढी सवड आमच्या आयुष्यानं दिलेली नाही. आयुष्याची मिठी जडली, ती राज्याशी. राज्यव्यवहारांशी. ज्यांनी हे राज्य उभं करण्यासाठी स्वतःला झोकून दिलं, त्या माणसांशी... आप्तस्वकीयांशी नाही. शंभूबाळ, याचंच शल्य आम्हाला मोठं आहे. शंभूबाळ, आम्हाला मिठी मारू नको. दूर व्हा, शंभूबाळ... दूर व्हा... शंभूबाळ, जा, ती संदूक उघडा. त्यात जगदंबेची कवड्यांची माळ आहे. ती घेऊन या.

संभाजी : आबासाहेब....

शिवाजी : जा! ती संदूक उघडा आणि त्यातली कवड्यांची माळ आणा. (संभाजी संदूक उघडतात. माळ घेऊन येतात. शिवाजीराजे ती माळ हातात घेतात.)

शिवाजी : आम्ही ना छत्रपती, ना राज्यभोक्ते! आम्ही तर देवीचे भोपे!! ही माळ म्हणजे छत्रपतींचं लेणं. शंभूबाळ, ही माळ बाळगताना सदैव मर्यादा लक्षात घ्या. तुम्ही भान राखून वागा. तुम्ही प्रजापती आहात. प्रजादक्ष आहात. प्रजाकल्याणकारी आहात. हे भान कधी विसरू नका. (शिवाजीमहाराज कवड्यांची माळ संभाजीराजांच्या गळ्यात घालतात.) आज हे छत्रपतींचं सन्मानचिन्ह आम्ही तुमच्या गळ्यात घालतोय. हे रत्नांकित नाही. ना मोतीबंद आहे. ही माळ आहे कवड्यांची. ही दारिद्र्याची उपासना आहे, विसरू नका. राजे, केव्हातरी तुम्हाला आमची आठवण येईल. त्या वेळी कवड्यांची माळ शिवाल आणि त्या वेळी आम्ही काय बोललो, याची आठवण येईल. त्या वेळी तुम्हाला पटेल, तुम्ही कधीच सत्ताधीश नव्हता. कधी यामध्ये चुकलात, तर जगदंबा तुम्हाला क्षमा करणार नाही.

(सोयराबाई प्रवेश करतात.)

सोयरा : काय चाललंय हे? राज्याभिषेक?

शिवाजी : नाही, राणीसाहेब, हा राज्याभिषेक नाही. हा आहे दारिद्र्याभिषेक. आम्ही शंभूबाळांच्या गळ्यात घालतो आहोत, तो ना मोत्याचा कंठा. ना माणकांचा कंठा. आम्ही घालतो आहोत कवड्यांची

माळ! जी जगदंबेची साक्ष आहे!

सोयरा : कुणाच्या साक्षीनं कुणाला शाप द्यायचा बेत चालला आहे?

शिवाजी : राणीसाहेब, एक लक्षात ठेवा. ही जगदंबा कुणाला शाप देत नसते. देत असते वरदान! आम्ही कुणाला शाप देऊ इच्छित नाही.

सोयरा : मग हा उत्सव केला कशाला?

शिवाजी : हा उत्सव नाही, राणीसाहेब. ही घरपूजा आहे. केव्हातरी घरपूजा मानायला शिका ना!

सोयरा : एवढा त्रास आमचा!

शिवाजी : राणीसाहेब, आमचं मन थोडं कुठं स्थिर होतंय, तोवर तुम्ही परत वैताग आणू नका. तुम्ही जा. जे दैवी लिहिलं असेल, ते आम्ही भोगू. राणीसाहेब, उद्या तुम्ही सरळ गडावर प्रयाण करा.

सोयरा : हे कुणाला सांगता?

शिवाजी : तुम्हाला! राणीसाहेब, आम्ही तुम्हाला सांगतो आहोत. लक्षात ठेवा. राणीसाहेब, आम्ही राजे आहोत, हे तुम्हाला मान्य असेल... आणि हे जर मान्य नसेल, तर आमची ती आज्ञा समजा. विनाविलंब तुम्ही रायगड गाठा. तुमची इथं गरज नाही... काही गरज नाही...

(सोयराबाई संतापाने वळतात. त्या जात असतानाच अंधार...)

(प्रवेश दुसरा समाप्त)

प्रवेश तिसरा

(पडदा उघडतो. रंगमंचावर शिवाजीमहाराज. नजीक संभाजीराजे.)

शिवाजी : शंभूबाळ, आज आम्ही केवढे आनंदित आहोत, याची कल्पना तुम्हाला नाही. जगदंबेच्या कृपेनं साऱ्या चिंता दूर झाल्या आहेत.

संभाजी : कसली चिंता, आबासाहेब?

शिवाजी : कसली? चिंता कसली नव्हती, ते विचार! आमच्या आजारपणानं तुम्ही भलत्या गुंत्यात सापडला होतात. एका बाजूला शरीराचं

दुखणं, तर दुसऱ्या बाजूला मनाचं! ते सारं दूर झालं, ही जगदंबेची कृपा नाही का? शंभूराजे, आता धीटपणे वागा. राज्यनिष्ठा मनातून दूर होऊ देऊ नका. तुम्हाला चुका करायला मुभा नाही. शंभूबाळ, तुम्ही साताऱ्याला आलात. तुम्हाला पाहिलं आणि आमची व्याधी कुठल्या कुठं गेली. तुमच्या रूपानं आमचं तारुण्य प्रकट झालं, की काय, असं वाटलं. नाही शंभूबाळ, आता व्यथा कुरवाळायला उसंत नाही. तुमच्यावर आता फार मोठी जोखीम आहे. आता आम्ही दक्षिणदिग्विजयासाठी कूच करणार आहोत.

संभाजी : दक्षिणदिग्विजय?

शिवाजी : हां, शंभूराजे! आमचा मनसुबा फार मोठा आहे. नुसते बारा मावळ राखतो म्हटलं, तर राखू देत नाहीत. तीन बाजूंना मातब्बर शत्रू आहेत. दक्षिणेचे आदिलशहा आणि कुतुबशहा... आणि उत्तरेचा औरंगजेब.

संभाजी : पण आबासाहेब, दक्षिणदिग्विजयानं साधणार काय?

शिवाजी : फार चांगला प्रश्न विचारलात, शंभूराजे! या स्वारीनं खूप साधलं जाणार आहे. एकाच वेळेला कुतुबशाही आणि आदिलशाही नमवता येईल. दक्षिणेत आमचे एकोजी राजे आहेत. सारा दक्षिण मुलूख आमच्या अधिपत्याखाली येईल... आणि साऱ्या ताकदीनिशी उद्या दिल्ली तख्ताला धडक देता येईल. नुसता पराक्रम गाजवणं आमचा हेतू नाही. दिल्ली तख्त ताराज करून, काशिविश्वेश्वराची स्थापना करून जेव्हा आम्ही परत येऊ, तेव्हाच श्रींचं राज्य साकार होईल. शंभूराजे, ही मोहीम चालू असता तुमच्यावर फार मोठी जबाबदारी आहे.

संभाजी : कसली जबाबदारी? पण आबासाहेब, ही फार मोठी जोखीम आम्हाला पेलेल का?

शिवाजी : पेलेल का? हे आमचे युवराज विचारतात?

संभाजी : माफ करा, आबासाहेब! आम्ही युवराज असतो, तर हा प्रश्न कधीच विचारला नसता?

शिवाजी : (दीर्घ श्वास सोडून) शंभूबाळ, आम्हाला सारं कळतं! पण घरभेद्यांपासून सावध राहणं हासुद्धा युवराजांचा धर्म असतो, हे विसरू नका आणि त्याची जाणीव तुम्ही आमच्याकडून

घेऊ नका. आम्ही दक्षिण-मोहिमेला जाऊ. माघारी तुम्ही राहाल, तुम्हाला साऱ्या गोष्टी जबाबदारीनं पार पाडाव्या लागतील. युवराज, एक लक्षात ठेवा, हे राज्य ना आपलं, हे राज्य आहे त्या जगदंबेचं. त्या तोलामोलानं साऱ्या गोष्टी सांभाळाव्या लागतील. हे करीत असता कधी तुम्हाला सलाह घ्यायची वेळ आली, तर आमच्या येसूबाईंचा घ्या. त्या तुम्हाला योग्य सलाह देतील.

संभाजी : कुणाचा? राणीसाहेबांचा आणि तो आम्ही घ्यायचा?

शिवाजी : बाळराजे, इथंच चुकता आहात तुम्ही. जेव्हा आयुष्यातली सारी जिव्हाळ्याची नाती तुटतात, तेव्हा एकच नातं शिल्लक राहतं, ते पत्नीचं. माणसाची पारख आम्ही कधीच चुकलो नाही. साध्या बारगिरांचे आम्ही सरदार बनवतो, कारण ती हमी आम्हाला लाभते, म्हणून! आपल्या घरात सईबाईनंतर थोडीच रत्नं आली, त्यांपैकी काही राहिली... एक पुतळा आणि दुसरी आहे येसूबाई. युवराज मन रमविण्यासाठी राज्य करायचं नसतं आणि भावनांवर ते चालवायचं नसतं. त्याला बुद्धीचं बळ असावं लागतं, हे कधी विसरू नका.

संभाजी : फार मोठी जबाबदारी टाकता आहात, आबासाहेब.

शिवाजी : खबरदार, हे शब्द पुन्हा उच्चाराल तर! जबाबदारी ही मोठीच असते. छत्रपतींच्या युवराजांनी ही जबाबदारी पेललीच पाहिजे. वयाच्या सोळाव्या वर्षी हाताशी काही नसता श्रींच्या राज्याचं स्वप्न नजरेसमोर आलं. मोजकी चार माणसं हाताशी घेऊन आम्ही स्वराज्याचा डाव मांडला. त्या वेळी आमच्या डोळ्यांसमोर कधी भीती तरळली नाही. आकाशाला गवसणी घालण्याचं स्वप्न ज्याला असतं, त्याच्याच हातात काहीतरी गवसतं. शंभूबाळ, जबाबदारीला माणसानं कधीही भिऊ नये.
(हिरोजी प्रवेश करतो.)

हिरोजी : महाराज, सदरेवर अनाजी, मोरोपंत, जनार्दनपंत आणि सरसेनापती हंबीरराव आले आहेत.

शिवाजी : अरे वा! सारी सदर गोळा झाली! ठीक आहे. त्यांना आत बोलवा. (हिरोजी जातो.)
(शिवाजीराजे अस्वस्थ होतात. संभाजीराजे डाव्या बाजूला बसतात.) सारी मंडळी प्रवेश करतात. मुजरे होतात.)

हंबीरराव : राजे, आज खूप बरं वाटलं.

शिवाजी : कारण?

हंबीरराव : आपण सिंहासनावर बसले आहात. शेजारी शंभूराजे आहेत. हे दृश्यं केवढं सुखावणारं आहे!

शिवाजी : सारीच दृश्य सुखावणारी असतात; पण ती टिकणारी हवीत ना! त्याचसाठी आम्ही तुम्हाला बोलावलं आहे.

अनाजी : आम्ही समजलो नाही, महाराज.

शिवाजी : आम्ही दक्षिणदिग्विजयाचा बेत आखला आहे.

मोरोपंत : महाराज, हा बेत कालच सांगितला आपण. महाराज, त्याआधी एक अर्ज आहे.

शिवाजी : बोला, मोरोपंत.

मोरोपंत : रघुनाथपंतांच्या साऱ्या अडचणी दूर केल्या आहेत; पण त्यांची आणखी एक अडचण आहे.

शिवाजी : कसली अडचण?

मोरोपंत : रघुनाथपंत म्हणतात, पागा आपल्या मालकीची असावी.

शिवाजी : मोरोपंत, आपल्या राज्याचा एक नियम विसरलात का? घोडा आणि हुडा आपल्या राज्याच्या मालकीचा. आज पागा त्यांच्या ताब्यात दिली, तर मोहापोटी ते शत्रूला जाऊन मिळतील, हे कोण सांगणार! हवी तर पागेची रक्कम त्यांना देऊन टाका; पण असले हट्ट आम्ही चालू देणार नाही.

अनाजी : पण एवढं बारकाईनं पाहायचं काय कारण?

शिवाजी : अनाजी, आपण हे विचारता? अनाजी, आम्ही एवढं बारकाईनं पाहतो, म्हणून तर हे स्वराज्य उभं राहिलं. हे राज्य कुणाचं? आमचं? अनाजी, हे राज्य प्रजेचं! याचा विसर आम्हाला कधीच पडला नाही. म्हणून तर आम्ही आज्ञा देतो, गड वर्षाच्या वर्षाला न्हावा लागतो. गडावरचा पालापाचोळा गडाखाली टाकू नका. तो गोळा करा. जाळा. त्याची राख परड्यांमध्ये टाका. त्यात भाजीपाला करा. एवढंच कशाला? आम्ही राज्याभिषेकाआधी चिपळूण छावणीवर गेलो होतो. त्या वेळी फौजेला आम्हीच आज्ञा दिली ना! अविस्रात उंदीर वात पळवून नेतो. बोलून चालून उंदीर. चुकून गंजीखान्यात शिरला, तर गंजीखाना भस्मसात होईल. वैरणीसाठी मग रयतेवर जुलूम कराल आणि लोक म्हणतील, मोगलाई

परवडली. आमचा बदलौकिक होईल. राज्य उभारताना आम्ही प्रजेचं भान कधीच विसरलो नाही. तुम्हीही ते विसरू नका. म्हणूनच राज्याची एक पाकळी मागण्याचा मोह तुम्हाला सुचतो. जाऊ दे, अनाजी. हा विचार करण्याची ही वेळ नाही. आमचा निर्णय पक्का आहे. आम्ही दक्षिणेच्या स्वारीवर जाऊ. आमच्या माघारी युवराजांना सांभाळण्याचं काम तुमचं.
(सगळे एकमेकांकडे पाहतात.)

शिवाजी : काय झालं? सगळे स्तब्ध का?

अनाजी : महाराज, मंत्रिमंडळानं एक निर्णय घेतलेला आहे.

शिवाजी : निर्णय? आणि मंत्रिमंडळानं? कसला निर्णय घेतला, ते तरी सांगाल?
(शिवाजी महाराज उठतात.)

अनाजी : आपण मोहिमेवर गेलात आणि युवराजांच्या हाती कारभार दिलात, तर आपण माघारी येईतो आम्हाला रजा द्यावी.

शिवाजी : हा अविश्वास आणि युवराजांवर?

संभाजी : आबासाहेब, ही बगावत ऐकलीत ना? आबासाहेब, आम्ही रागावतो, ते यासाठीच. या लोकांच्या हाती सत्ता देऊन तुम्ही आम्हाला राज्य करायला सांगता? आम्ही ही जबाबदारी निभावायची कशी?

शिवाजी : शंभूराजे, थोडं सबुरीनं घ्यावं. अजून आम्ही सिंहासनावर आहोत, हे विसरू नका. अनाजी, आम्ही तुम्हाला स्पष्टपणे विचारतो. कोणत्या धारिष्टानं तुम्ही हा निर्णय घेतलात?

अनाजी : महाराज, आम्हाला युवराजांविषयी काळजी वाटते.

शिवाजी : काळजी वाटते, की युवराजांची भीती वाटते? ठीक आहे. हीच इच्छा असेल, तर आपण घरी जाऊन बसा.

अनाजी : महाराज, एक आठवण द्यावीशी वाटते. राज्याभिषेकानंतर आपण आज्ञा केली होतीत...

शिवाजी : बोला, अनाजी...

अनाजी : आपण त्या वेळी म्हणाला होतात, जैसे आमच्या सिंहासनास अष्ट खांब, तैसे तुम्ही अष्टप्रधान. आता ही मेघडंबरी तुम्ही तोलायची आणि ते अधिकार तुम्ही आम्हाला दिलेत. त्यामुळं अष्टप्रधानांनी हा एकमुखी निर्णय घेतला आहे.

हंबीरराव : एकमुखी नाही, अनाजी. सप्तमुखी.

शिवाजी	:	अनाजी, छान याद दिलीत आम्हाला. आम्ही करू पाहतो एक आणि घडतं दुसरं. ठीक आहे. आम्ही घेतलेले निर्णय कधी बदलत नाही. तुमची इच्छा आम्हांस कळली. ती पुरी करण्यास आम्ही बद्ध आहोत. आमचा निर्णय ऐका. शृंगारपूरचा सुभा आम्ही संभाजीराजांना देत आहोत. त्यात तुम्ही लक्ष घालू नका. ते राज्य शंभूराजे सांभाळतील आणि तुमच्याइतक्याच चोखपणानं!
संभाजी	:	महाराज, आपण मंत्रिमंडळापुढं नमायचं कारण काय?
शिवाजी	:	राजे, जबान सबुरीनं वापरा. तुम्हाला आम्ही सदैव सांगतो आहोत; विवेक कधीही ढळू देऊ नका. राज्य इतकं विस्तारल्यानंतर एकट्याची नजर ते सांभाळू शकत नाही. ते चोखपणे सांभाळायचं झालं, तर अनेक नजरांनी पाहावं लागतं. त्यासाठी तर आम्ही मंत्रिमंडळाची नेमणूक केली. आमचं मंत्रिमंडळ नामधारी नाही; जसं अकबराचं होतं. मंत्रिमंडळानं घेतलेले निर्णय आम्ही नाकारणार नाही. ते निर्णय घेतील, तो या स्वराज्याच्या कल्याणासाठी. आज त्यांनी तुम्हाला नाकारलं, उद्या आम्हालाही नाकारतील आणि आम्ही तो निर्णय मानू. जगदंबेची इच्छा, म्हणून आम्ही ते मानू!
हंबीरराव	:	महाराज, काय बोलताय हे? तुम्हाला नाकारण्याची ताकद आहे कोणात! मग या कमरेच्या तलवारीला अर्थ काय?
शिवाजी	:	हंबीरराव, राज्य हे नुसत्या तलवारीनंच चालतं, असं नाही. ते लेखणीनंही चालत असतं.
अनाजी	:	महाराज, एवढा अविश्वास असेल, तर मुजरा...
संभाजी	:	महाराज, जाऊ द्या त्यांना. एवढी घमेंड असेल, तर जाऊ द्यात. (शिवाजीराजे शांतपणे संभाजीराजांकडे पाहतात. काही क्षण त्यांची शांत नजर संभाजीराजांवर खिळून राहते. नंतर ती शांत नजर अनाजीवर वळते.)
संभाजी	:	अनाजी, थांबा. तुम्ही कुणापुढं उभे आहात, याचं भान ठेवा. तुमचा निर्णय आम्ही मान्य केला आहे. आता तुम्हाला पळवाट शोधता येणार नाही; पण आमच्यासमोर आमचा उपमर्द करण्याचं धारिष्ट दाखवू नका. समजलं? आपण आता

शांत चित्तानं जाऊ शकता.

(सर्वजण निघून जातात. शिवाजीराजे व संभाजीराजे उरतात.)

शिवाजी : पाहिलंत, शंभूबाळ, राजकारण काय असतं ते! म्हणून तर सदैव सावधपणा बाळगायला हवा. शंभूराजे, आम्ही तुम्हाला कारभारासाठी शृंगारपूरचा सुभा देतो आहोत. तुम्ही तो असा चालवून दाखवा, की प्रधानमंडळाला त्याचा अचंबा वाटावा. आम्ही मोहिमेवरून परत येऊ, त्या वेळी आम्हाला शृंगारपूर हे खरं शृंगारपूर वाटावं! हा तुमचा उपमर्द नाही. तुमच्या पराक्रमाला आव्हान आहे.

संभाजी : महाराज, आम्ही हे आव्हान स्वीकारतो आहोत. आमची हौस म्हणून नाही, तुमची इच्छा म्हणून! आम्ही कधीही कुठल्याही प्रकारे गैरवर्तन करणार नाही.

शिवाजी : शंभूराजे, तुमच्या बोलांनी आमचं चित्त शांत झालं आहे. चुका सर्वांच्याच हातून घडतात; पण घडलेल्या चुका उगाळीत बसलं, तर हातून काहीच घडत नाही. शंभूराजे, ती चूक तुम्ही करू नका. एवढं सांभाळलंत, तरी तुमचं यश तुमच्या मागून येईल...

(संभाजीराजे राजांच्या समोर येतात.)

संभाजी : आबासाहेब, आम्ही आपल्याला खात्री देतो.

(संभाजीराजे मुजऱ्यासाठी वाकतात. हळूहळू अंधार होतो...)

(प्रवेश तिसरा समाप्त)

प्रवेश चौथा

(**स्थळ** : *शिवाजीमहाराजांचा वाडा*)

शिवाजी : राणीसाहेब, आम्ही आपली वाट केव्हापासून पाहत आहोत.

पुतळाबाई : आमची?

शिवाजी : एवढं आश्चर्य का वाटलं?

पुतळा : आज आनंदाचा दिवस दिसतो. नाहीतर आमची आठवण का यावी? एरवी सतत राजकारण आणि प्रजाविचार.

शिवाजी : खरं आहे, राणीसाहेब. त्यातच आम्ही थकून जातो आणि

केव्हातरी विसावा, म्हणून तुमची याद येते.

पुतळा : खोटं! स्वारींनी खोटं बोलू नये.

शिवाजी : आम्ही खोटं बोलत नाही, राणीसाहेब!

पुतळा : मग राणीसाहेब म्हणणं का झालं असतं? ते काय खरं आहे?

शिवाजी : पुतळा, छत्रपती रणांगणावर नेहमी विजय पावत असतील; पण घरात नेहमीच पराभूत होतात, याचा प्रत्यय पुन्हा देता आहात. पुतळा, ऐश करावी मोगलांनी. आम्ही वेलोरला गेलो होतो. सात तटांनी बंदिस्त असलेला तो किल्ला. आत सुरेख बाग होती. मन कसं प्रसन्न झालं. ते पाहत असता आठवण झाली, ती तुमची.

पुतळा : आमची? कारण?

शिवाजी : कारण सात तटांमध्ये तुम्ही बंदिस्त आहात, म्हणून! त्या सात तटांमध्ये ती फुललेली बाग पाहताना तुमची आठवण आली, यात आश्चर्य ते काय?

पुतळा : अगं बाई, भाऊजी येताहेत, वाटतं.
(पदर सावरून उभ्या राहतात. हिरोजी येतो. मुजरा करतो.)

हिरोजी : महाराज, सारेजण आपल्या दर्शनासाठी उतावीळ आहेत.

शिवाजी : आमच्या दर्शनासाठी? आमचं दर्शन केव्हापासून दुर्लभ झालं?

हिरोजी : नाही महाराज, दक्षिणदिग्विजय संपादून आल्यापासून आपली भेट नाही. त्याचमुळं सारे उतावीळ झालेत.

शिवाजी : दिग्विजय! हिरोजी याचा अर्थ कळतो तुम्हाला? याचा अर्थ कळतो, हिरोजी? आकाश आणि पृथ्वी यावर जेव्हा सत्ता गाजवली जाते, तेव्हा त्याला दिग्विजय म्हणतात. आकाश तर दूरच राहिलं; पण आमच्या हाती पृथ्वीसुद्धा आली नाही. कशाला तो शब्द उच्चारता? (पुतळाबाईंकडे पाहतात.) राणीसाहेब, तुम्ही जा. हिरोजी, बोलवा साऱ्यांना. (हिरोजी जातात.)
(हिरोजी, अनाजी, हंबीरराव, मोरोपंत येतात.)

शिवाजी : आलात? सर्व सुखरूप आहे ना?

अनाजी : महाराज, हंबीररावांनी दक्षिण-मोहिमेचा सर्व वृत्तांत सांगितला. आम्ही थक्क झालो.

शिवाजी : थक्क! कशासाठी?

मोरोपंत : महाराज, एकही लढाई न करता आपण गोवळकोंडा काबीज

केलात. निजामाला अंकित केलंत. हा पराक्रम का थोडा आहे?

हंबीरराव : एवढंच नव्हे, जिंजीसारखा आदिलशाहीचा अव्वल गड काबीज केला आणि शेरखानाला पळता भुई थोडी झाली.

शिवाजी : व्वा! सुरेख! आमच्या विजयाची पताका छान गाजवलीत; पण पळता भुई थोडी झाली, ती आमची; हे कसं ध्यानी येत नाही तुमच्या? आम्ही विजय संपादून आलो नाही, पराजय घेऊन आलो.

मोरोपंत : पराजय? आम्ही समजलो नाही, महाराज.

शिवाजी : मोरोपंत, तुम्ही सारं पाहता, ते नजरेसमोर घडणारं. त्याचमुळं आमचा पराजय तुमच्या ध्यानी येत नाही. हंबीररावांनी कोपलची स्वारी जिंकली; पण त्यात दोन मोहरे आम्ही गमावले. एक नागोजीराव आणि दुसरे धनाजीराव जाधव. विजयाचा आनंद पुष्कळच असतो; पण निर्भेळ आनंद कधीच मिळत नाही. त्याला दुःखाची झालर लावावीच लागते.

अनाजी : महाराज, युद्ध म्हटलं, की हे सारं पदरात घ्यावंच लागतं.

शिवाजी : अनाजी, हे तुम्ही बोलावं? स्वराज्यासाठी हे जीव खर्ची पडतात आणि बैठकीवर बसून तुम्ही हे बोलावं! आम्हाला खंत वाटते, ती गेल्या जिवांची!

मोरोपंत : महाराज, स्वराज्यासाठी त्यांच्या जिवाचं सोनं झालं. म्हणून तर आज तुंगभद्रेपासून नर्मदेपावेतो राज्य पसरलं.

शिवाजी : पंत, आम्ही आग्र्याला होतो. तो संगमरवरी ताज पाहत होतो. वरचा संगमरवरी दगड दिसतो; पण त्याच्या पायातले दगड कुणाला दिसतात? अनाजी, केव्हातरी पायातले दगड पाहायला शिका. त्याखेरीज राज्यउभारणीला बळकटी येत नाही. ज्यांनी राज्यासाठी जीव खर्चला, त्यांना वारेमोल समजू नका. पंत, शंभूबाळांना आम्ही बोलावलं होतं. आम्ही त्यांची वाट पाहतो आहोत. अद्याप ते आले नाहीत. का आले नाहीत?
(कोणी काही बोलत नाही.)
जय आणि पराजय! मानायचा कसा? आमचे युवराज असून आम्हाला इथं येऊन भेटत नाहीत. हा पराजय, की जय? का भेटत नाहीत आम्हाला? मोरोपंत, आम्ही फार मोठा दक्षिणदिग्विजय करून आलो, असं तुम्ही समजत असाल; पण फार मोठा पराजय घेऊन आम्ही परत आलो. तंजावरला

आम्ही आमच्या धाकट्या बंधूंना एकोजीरावांना भेटायला गेलो. आम्ही थोरले असूनही... आणि नकळत एक चूक केली. भेट मैत्रीची होती. बंधुभावाची भेट होती. आम्ही भेटलो आणि भावनाविवश होऊन आम्ही साधी विनंती केली. आमच्या वडिलांची बिरूदं आम्हास मिळावी. बिरुदं ती काय! साधे झेंडे! ती बिरुदं आमच्या तख्तामागे असावीत, असं वाटलं; पण अनाजी, कुणीतरी त्यांचे कान भरवले. आज हे बिरुदं मागतात. उद्या राज्य मागतील... आणि पितळेच्या कानाचे आमचे बंधू एकोजीराजे छावणी सोडून गेले. आम्ही एकच वाक्य बोललो. ते धाकुटे; पण बुद्धीदेखील धाकुटी केली. एका बाजूला दक्षिण एक करण्याचा प्रयत्न आमचा; पण तिथं आमचे धाकटे बंधूच फुटले. यापेक्षा पराजय तो आणखीन कोणता? अनाजी, मोरोपंत, आम्ही तुम्हास एक जाब विचारतो. एवढी मोठी मोहीम अर्ध्यावर सोडून आम्ही परत का आलो? काही सांगता येईल? पन्नास हजारांची फौज आम्ही घेऊन गेलो होतो. मग माघारी का आलो? पराजय पदरी असता आणि आम्ही माघारी वळतो, तर प्रश्न वेगळा होता; पण जय मिळवीत असता आम्ही परत फिरलो. कशासाठी? बोला, अनाजी, मोरोपंत...

अनाजी	:	महाराज, आपली प्रकृती...
शिवाजी	:	अनाजी, आमच्या प्रकृतीची काळजी आम्ही कधी केली? नाही अनाजी, ते कारण होऊ शकत नाही. हंबीरराव, आमचे युवराज का भेटत नाहीत आम्हाला? उद्याच्या राज्याचे ते धनी ना? मग का भेटत नाहीत? का येत नाहीत ते? हंबीरराव, निरोप पाठवलात ना? अनाजी, राजांचे डोळे सहस्र नेत्रांनी पाहतात; पण तुमचे नेत्र मात्र सिंहासनावरच खिळलेले असतात. अनाजी, आमचे युवराज मोगलांशी काहीतरी हितगुज करताहेत, असं आम्ही ऐकलं...
अनाजी	:	महाराज, काय बोलता?
		(हिरोजी प्रवेश करतो.)
हिरोजी	:	महाराज, घात झाला.
शिवाजी	:	काय झालं? बोला, हिरोजी.
हिरोजी	:	संभाजीराजे माहुलीहून दिलेरखानाच्या छावणीत गेले.
शिवाजी	:	काय सांगता? हर हर...

हिरोजी : आम्ही त्यांना आणायला गेलो; पण माहुलीला आमची भेट झाली नाही. आम्ही त्यांचा पाठलाग करीत गेलो; पण तोवर त्यांनी दिलेरखानाची छावणी गाठली होती.

शिवाजी : जगदंब जगदंब! काय सांगता, हिरोजी? संभाजीराजे दिलेरखानाच्या छावणीत दाखल झाले?

हिरोजी : एवढंच नव्हे; महाराज, त्याहीपेक्षा वाईट बातमी...

शिवाजी : सांगा, हिरोजी. आणखीन छाती फाटायची काय राहिलीय?

हिरोजी : महाराज, दिलेरखानाच्या छावणीत युवराज सहा हजारी मनसबदार बनले आहेत.

शिवाजी : ऐका, अनाजी. ऐका. छत्रपतींचे युवराज दिलेरखानाच्या छावणीत सहा हजारी मनसबदार बनतात! हा दोष त्यांचा नाही. दोष तुमचा आहे. अनाजी, आम्ही तुमच्यावर राज्याची जबाबदारी टाकली; पण ती तुम्हाला पेलता आली नाही. राज्यरक्षणाचा अर्थ तुम्हाला केव्हा कळणार? आम्ही दक्षिण-मोहिमेत गुंतलो. त्या वेळी युवराजांना तुम्ही मानलं असतंत, तर आज हा अनर्थ ना घडता. आता व्हायचं असेल, ती श्रींची इच्छा! जगदंब जगदंब!

(पडदा)

अंक तिसरा

प्रवेश पहिला

(स्थळ	:	***शृंगारपूरचा वाडा***
		येसूबाई उभ्या आहेत. वर्दी येते. 'महाराज येत आहेत'
वेळ	:	*सकाळची)*
सेवक	:	महाराज येत आहेत.
येसू	:	कोण? महाराज आले?
सेवक	:	जी!
		(येसूबाई पदर सावरते)
येसूबाई	:	अरे, पण त्यांना ओवाळणं झालं का?
शिवाजी	:	ते केव्हाच घडलं आहे. सूनबाई, आता ओवाळण्याचं काहीच शिल्लक राहिलेलं नाही.
		(येसूबाई पुढे होऊन पाया पडतात.)
शिवाजी	:	सौभाग्यवती भव!
येसू	:	कसला आशीर्वाद दिलात, महाराज? सौभाग्य...
शिवाजी	:	आता आशीर्वादाखेरीज आमच्या हाती राहिलंय काय? नाहीतर रायगड सोडून आम्ही शृंगारपुरी आलो असतो कशाला? सूनबाई, काय केलंत हे? निदान आम्हाला कळवायचं तरी होतं.
येसू	:	महाराज, आपल्या पायाची शपथ घेऊन सांगते. आम्हाला यातलं काहीही सांगितलं नाही. काही कळलं नाही. ते म्हणाले, आपल्या भेटीला जातो म्हणून!
शिवाजी	:	आणि गेले दिलेरखानाच्या छावणीत! असंच ना?
येसूबाई	:	ते नंतर कळलं.
शिवाजी	:	मग इथं का राहिलात? आमच्याकडे का नाही आलात? एवढे

		का आम्ही परके झालो? का तुम्हालाही ते मान्य होतं?
येसू	:	(संतापाने) आम्ही कदाचित छत्रपतींचे युवराज नसू; पण छत्रपती घराण्याची सून आहोत, हे भान आम्ही कधीही विसरलो नाही. (एकदम हुंदका फुटतो.)
शिवाजी	:	(जवळ जाऊन येसूच्या खांद्यावर हात ठेवतात.) पोरी, रडू नको. झाल्या प्रकारानं आम्ही इतके बैचेन आहोत, की तुलादेखील आम्ही बोललो. रडू नको, येसू. अश्रू ढाळून कधी संकट टळत नाही.
येसू	:	मग असं का बोलावं?
शिवाजी	:	आमची चूक आम्ही मान्य केली ना!
येसू	:	आबासाहेब...
शिवाजी	:	पोरी, कशाला ती हाक मारतेस? आम्हाला आबासाहेब म्हणणारे दोनच जीव. एक गुंतलाय तिकडे आणि दुसरी सामोरी तू! आता इज्जत राखायची झाली, तर ते तुझ्या हातीच आहे.
येसू	:	आमच्या हाती?
शिवाजी	:	आठव, पोरी. जेव्हा आम्ही दक्षिणेत गेलो, तेव्हा शिक्का-कट्यार तुमच्या स्वाधीन केली होती – शंभूबाळांच्या नाही. युवराजांना आम्ही सांगितलं होतं, सलाह घ्यायचा झाला, तर येसूचा घ्या, म्हणून; पण तो त्यांनी घेतला नाही, हे दुर्दैव आमच्या राज्याचं! पण येसू, एका गोष्टीचं दु:ख वाटतं. तुम्ही आमच्याशी खोटं बोललात.
येसू	:	खोटं?
शिवाजी	:	हां! खोटं! साफ खोटं! तुम्हाला हे सारं माहीत होतं. एवढे का आम्ही आंधळे होतो? (येसूबाई रडायला लागते.)
येसू	:	महाराज, कसं सांगू?
शिवाजी	:	महाराज! आबासाहेब मेले का?
येसू	:	आबासाहेब, जाताना त्यांनी आम्हाला शपथ घातली. अन्य कोणाची शपथ घातली असती, तरी आम्ही ती मोडण्याचं धाडस केलं असतं; पण, आबासाहेब, त्यांनी शपथ घातली, ती तुमची! ती मोडण्याचं धाडस आम्हाला नाही, आबासाहेब!
शिवाजी	:	(खिन्नपणे हसतात.) आमचे शंभूराजे होशियार खरे! पण होशियारी

त्यांनी स्वराज्याच्या कारणासाठी खर्ची घातली असती, तर त्यापरता आम्हाला आनंद नव्हता. येसू, आमच्या भलाईमध्ये तुमच्या भावना गुंतल्या; पण येसू, त्याच भावना राज्याच्या भलाईत गुंतवल्या असत्यास, तर जगंदबेनं तुला शाप दिला नसता. दिला असता, तो वर! जगदंबा असल्या खोट्या शपथेत कधी गुंतत नाही, पोरी. गुंततात, ती मायेपोटी माणसं. येसू, तू शपथ मोडली असतीस आणि जगदंबेनं त्या मोडलेल्या शपथेपोटी आम्हाला नेलं असतं, तर फार बरं झालं असतं. निदान हे बघण्याचं दुर्दैव तरी संपलं असतं!

येसू	:	आबासाहेब! (हुंदका देते)
शिवाजी	:	रडू नको, येसू. पुस ते डोळे. येसू, गळ्यात नुसतं मणिमंगळसूत्र बाळगून सौभाग्यलेणं कधी सांभाळता येत नाही, हे तुमच्या ध्यानी यायला हवं होतं.

(शिवाजीमहाराज क्षणभर थांबतात. अंगरख्याच्या खिशात हात घालतात.)

शिवाजी	:	येसू, त्याचसाठी आम्ही नवं सौभाग्यलेणं आणलंय.
येसू	:	कसलं सौभाग्यलेणं?
शिवाजी	:	तुमच्या सासूबाईचं. सईचं दहन झालं. नंतर ते सापडलं. आजवर आम्ही जतन केलं. आता तुम्ही हे देव्हाऱ्यात ठेवा. त्याची नित्य पूजा करा. त्यातूनच कदाचित बळ लाभेल. एक लक्षात ठेव, येसू. माणसानं जीवनात प्रेम करावं; पण हे करीत असता निष्ठा कधी विसरू नये. तुम्ही नेमक्या तिथंच चुकलात. शंभूराजे एकदा आम्हाला म्हणाले होते : आबासाहेब, आम्ही असा पराक्रम करून दाखवू, की तुम्हीदेखील थक्क व्हाल. त्यांनी आपले शब्द खरे केले. त्यांच्या पराक्रमानं आम्हीच काय, पण सारी दख्खन थक्क झाली असेल.
येसू	:	आबासाहेब, आमच्या हातून गुन्हा घडला असेल; त्याला क्षमा नाहीच का?
शिवाजी	:	आता, कुणी कुणाला क्षमा करायची? तुमचे वडील पिलाजीराव इथं होते. त्यांच्या भरवशावर आम्ही निश्चिंत होतो आणि तू इथं असताना असं काही घडेल, असं आम्हाला स्वप्नातदेखील वाटलं नव्हतं.
येसू	:	आबासाहेब, आपल्याच आज्ञेवरून आबा परळीला गेले.

मागून स्वारी येणार, असं वाटलं; पण स्वारी माहुलीहून भलतीकडेच गेली आणि आबा परळीलाच राहिले.

शिवाजी : याला दोषी आम्हीसुद्धा आहोत; पण येसू, हा कट शिजला इथं; पण भांडी उकलली गेली मोगलांच्या छावणीत.

येसू : कट!

शिवाजी : होय, येसू, कट. या स्वराज्याच्या विरुद्धचा कट. साताऱ्याला आमच्यावर विषप्रयोग झाला. आम्ही कुणाविरुद्ध तक्रार केली का? तो कोणी केला, याचीही आम्ही चौकशी केली नाही. मोल वाटतं, ते राज्याचं. नाहीतर कवी कलश आणि उमाजी पंडित यांना कैद करून रायगडी पाठवलं नसतं.

येसू : पण त्यांचा काय दोष? इकडून जे सांगणं होईल, तसंच ते वागणार. तसेच ते चालणार.

शिवाजी : सूनबाई, कवी कलश कसे आहेत, ते आम्हाला पूर्ण माहीत आहे. आग्र्याहून सुटताना शंभूबाळांना त्यांच्याच हाती सोपवून आलो होतो; पण कितीही झालं, तरी ते कवी आहेत. राजकारण वेगळं आणि कवित्व निराळं. या सर्व गोष्टी त्यांना माहीत होत्या. त्या त्यांनी आम्हाला सांगायला हव्या होत्या. जे सदा फुलतं, त्याला काव्य म्हणतात; पण एक फूल मावळायला लागल्यानंतर कवी कलशांनी ते जपायला नको होतं? नाहीतर त्या विद्वत्तेला अर्थ काय? मुली, कवित्व हे सदा रंजनीय असावं लागतं. ते फुलावं लागतं. नवनवोन्मेषशालिनी प्रज्ञा असं म्हटलं जातं आणि नेमकी तीच प्रज्ञा भांगेच्या तारेत गुंतून पडली, याचं दुःख आम्हाला आहे. या दोषाला आमच्याजवळ क्षमा नाही.

येसू : दोषी कोण आणि शिक्षा कुणाला?

शिवाजी : छान विचारलंत, सूनबाई. खरंच आम्हाला आमच्या कर्तव्याची जाणीव दिलीत. दोषी कोण आणि शिक्षा कुणाला? उत्तर माहीत आहे? दोषी शंभूबाळ नाहीत. दोषी तुम्ही. दोषी आम्ही. भोवतालची सारी माणसं दोषी आहेत.

येसू : आबासाहेब, यातून काहीच का मार्ग नाही?

शिवाजी : सूनबाई, कितीही कठीण प्रसंग असला, तरी त्यातून मार्ग असतोच. बुद्धीचा तोल ढळू दिला नाही, तर निश्चितपणे मार्ग सापडतो. यावर आमचा विश्वास आहे. येसू, यातून निश्चितपणे

		तुम्हाला मार्ग सापडेल. ती संपूर्ण जबाबदारी तुमची आहे.
येसू	:	आबासाहेब...
शिवाजी	:	येसू, छत्रपतींची इभ्रत परत स्वराज्यामध्ये आणायची झाली, तर फक्त तुम्हीच आणू शकाल. ते बळ तुमचं आहे. त्याचसाठी आम्ही शृंगारपूरला आलो आहोत.
येसू	:	कसली जबाबदारी टाकता आहात, आबासाहेब? ते बळ आणू कोठून?
शिवाजी	:	बळ? बळ हे आणायचं नसतं, मुली! संकटांना सामोरं जाण्यानं ते प्राप्त होतं. येसू, आमचं आयुष्य बघ. आम्ही काय सोसलं, याची कल्पना तुला नाही. कसं सांगू तुला? संभाजीराजे अवघे दीड वर्षांचे होते... आणि थोरल्या राणीसाहेब अचानक गेल्या. आम्ही ते दुःख सोसलं. राणीसाहेबांचे दिवस संपताच आम्ही अफझल भेटीला गेलो. त्या वेळी आमचं बळ ते केवढं! त्यांनतर सिद्धी जौहर आला. पाठोपाठ शास्ताखान आला. ते संकट टळतं, न टळतं, तोवर मिर्झाराजा हजर झाला; पण आम्ही आमच्या बळाचा विचार केला नाही. औरंगजेबानं आम्हाला कैदेत टाकलं, तरी आम्ही आमचं चित्त शांत ठेवलं. साऱ्या संकटांतून आम्हाला मार्ग सापडले. राज्याभिषेकानंतर मासाहेब गेल्या आणि आमच्यावर आकाश कोसळलं. त्या दुःखातून पडण्यासाठी बाहेर आम्ही महिनाभरात पेडगाव स्वारीसाठी बाहेर पडलो. आमच्या एकाकी जीवनाचा आम्हाला कंटाळा आला असतानाच आम्हाला श्रीशैलचं दर्शन झालं. आम्हाला पावन झाल्यासारखं वाटलं. देवाला शिरकमल वाहून घ्यावं, असा विचार आमच्या मनात आला. ते घडतं, तर बरं झालं असतं.
येसू	:	आबासाहेब!
शिवाजी	:	मुली, आम्ही जगावं, असं वाटत असेल, तर तुला एवढं काम करावं लागेल.
येसू	:	आबासाहेब, ही जबाबदारी पेलायची कशी?
शिवाजी	:	त्याची चिंता करू नको. आमचे नजरबाज पक्के आहेत. ते आम्ही इथं ठेवून जातो. ते दिलेरखानाच्या छावणीपर्यंत पोहोचतील. तुमचा सांगावा पोहोचवतील. वेळ आली, तर नजरबाज जीव गमावतील; पण बेइमानी करणार नाहीत. मुली, करशील ना

एवढं?

येसू : आज्ञा, महाराज!

शिवाजी : आज्ञा! आणि महाराज! मुली, तुझं कुंकू धोक्यात पडलं आहे, हे कसं तुझ्या ध्यानी येत नाही? मग हे दोन शब्द का वापरतेस?

येसू : आबासाहेब...

शिवाजी : भानावर आलीस. हेच ते! भान कधी विसरू नकोस. येसू, एक लक्षात ठेव. तू उद्याची राज्ञी आहेस. सखी आहेस; पण त्याचबरोबर सचिवही आहेस. मुली, आता आम्हाला उसंत नाही. आजच रायगडी परतायला हवं.

येसू : आपण राहिला असतात, तर...

शिवाजी : राहून काय करणार? ना तुला उसंत, ना आम्हाला. दोघांवरही फार मोठी जबाबदारी आहे. एक लक्षात ठेव. कोणत्याही परिस्थितीत युवराज परत आले पाहिजेत.
(येसूबाई जायला निघते.)

शिवाजी : थांब, येसू. जाऊ नकोस. युवराज्ञी, इकडे या. ही तुमच्या सासूबाईंची नथ. आज तुमच्या हाती देतो. पुरुषाला वेसण नसल्यामुळं तो केव्हाही उधळतो. बायकांना त्याचसाठी नथ दिली असावी. ही मोत्यांची आहे. यात नवरत्नं जडवलेली आहेत. तुमच्या सासूबाईंनी आम्हाला जखडून ठेवलं होतं. आता तुम्ही तुमचं सौभाग्यलेणं जखडून ठेवायला हवं. (नथ देतात.) मुली, एक लक्षात ठेव. शंभूबाळ दिलेरखानाच्या छावणीत असले, तरी त्यांना आज धोका संभवत नाही, कारण आदिलशाही आणि कुतुबशाही आमच्यापुढं नतमस्तक आहेत; पण शंभूबाळांवर चुकून औरंगजेबाची नजर पडली, तर...

येसू : आबासाहेब...

शिवाजी : मुली, राजकारणात एवढं कातर होऊन चालत नाही. धीर धर. धीर धर...

येसू : आबासाहेब, आशीर्वाद द्यावा.
(येसू शिवाजीराजांच्या चरणांना स्पर्श करते.)

शिवाजी : येसू, या वेळी आमचा एकच आशीर्वाद आहे. सौभाग्यसंपन्न हो.

येसू : (डोळे टिपते) आबासाहेब...

शिवाजी : मुली, भाग्य येतं ना, ते सहस्त्र सूर्यांच्या तेजानं येतं. तिथं एक

तेज असतं. ते तेज तुम्हाला लाभू दे. त्या तेजात आम्हीही उजळून जाऊ दे. एवढाच आशीर्वाद देतो. जगदंबा तुम्हाला बळ देईल. यापरतं काही नाही... काही नाही... येतो आम्ही...

(प्रवेश पहिला समाप्त)

प्रवेश दुसरा

(स्थळ : *शिवाजीमहाराजांचा महाल.*)

शिवाजी : राणीसाहेब, गुंता सोडवतो म्हटलं, तर अधिक वाढत जातो. आम्ही शृंगारपूरला गेलो आणि कसली जबाबदारी त्या पोरीवर टाकून आलो. एका बाजूला पहाडासारखे शंभूराजे, तर दुसऱ्या बाजूला कमळासारखी नाजूक वेल. हट्टी. संयमी. तिला आम्ही सांगतो, पहाडाला जप म्हणून! हा मेळ कसा जमायचा?

पुतळा : महाराज, बोललं तर, चालेल?

शिवाजी : बोला ना!

पुतळा : प्रेमाइतकी मोठी शक्ती दुसरी कुठलीही नसते. जर तो जिव्हाळा असेल, तर पाण्यातलं कमळसुद्धा तो पहाड फोडू शकेल. आम्हाला काळजी वाटते, ती शंभूबाळांची. काय करून बसले!

शिवाजी : राणीसाहेब, त्यांना दोष का देता? दोषी आपणच आहोत. आपण त्यांना आवरू शकलो नाही. सावरू शकलो नाही.

पुतळा : म्हणून का मोगलांना मिळायचं?

शिवाजी : राणीसाहेब, तुम्ही नुसत्या राणीसाहेब नाही, तर शंभूबाळांच्या आईसुद्धा आहात. आता तर शंभूबाळांना जपण्याची फार गरज आहे. हे विसरू नका.

पुतळा : कुठलं राजेपण आणि कुठलं राणीपण! आणि जपायचं कुणाला? एका बाजूला सांगता, राज्य जपायला हवं. दुसऱ्या बाजूला सांगता, घर जपायला हवं. शंभूबाळ आम्हाला का परके आहेत? आपल्याला माहिती नसेल. शंभूबाळ आपल्या आईच्या लाडांमध्ये जेवढे वाढले नाहीत, तेवढे आमच्या लाडांमध्ये

वाढले; पण ते लाड आईचेच होते. राजांचे नाही.

शिवाजी : म्हणजे शेवटी दोष आमचाच ना?

पुतळा : नाही, महाराज. अमर्यादा झाली. क्षमा असावी.

शिवाजी : मर्यादा आणि अमर्यादा! कुणी आणि कुठं मोजायची? पुतळा, खरंच आम्हाला काही सुचेनासं झालंय. आम्ही फार बैचेन झालोय. फार बैचेन! चिरंजीविनी सौभाग्यवती येसू, तिच्या हाताला यश येवो! जगदंबेची तेवढी कृपा आम्हावर होवो! जगदंब जगदंब...

पुतळा : महाराज, आपल्या तोंडी हे शब्द शोभत नाहीत.

शिवाजी : पुतळा, हा शिवाजी एवढा कातर कधी झाला नव्हता. कधी झाला नाही आणि कधी होणारही नाही; पण आज मनामध्ये एक शंका तरळतेय. संभाजीराजे म्हणजे अळवावरचं पाणी. मनात केव्हा विचारलहरी उमटतील आणि त्या लहरींनी कुठं ओघळतील, ते जगदंबाच जाणे! आम्ही आमची काळजी कधीच केली नाही. शंभूराजांच्या या स्वभावानं आम्हाला काळजी वाटते, ती राज्याची!

(हिरोजी येतात.)

हिरोजी : महाराज!

शिवाजी : काय झालं, हिरोजी?

हिरोजी : फिरंगोजी नरसाळा आपल्या भेटीसाठी आले आहेत.

शिवाजी : फिरंगोजी नरसाळा? भूपाळगड सोडून आलेत? या वेळी?

हिरोजी : महाराज, भूपाळगड युवराजांच्या ताब्यात देऊन ते आले आहेत.

शिवाजी : जगदंब जगदंब! भावनेपोटी माणसं किती अनर्थ करून ठेवतात! हिरोजी, पाठवा त्यांना आमच्यासमोर.

(हिरोजी जातात.)

पुतळा : फिरंगोजीकाकांना सांभाळून घ्यावं.

शिवाजी : सांभाळून घ्यायचं? राणीसाहेब, तुम्ही ही तरफदारी करता? सांभाळायचं कुणाला? जिथं आम्ही स्वतःला सांभाळू शकलो नाही, तिथं इतरांना सांभाळू कसं?

(फिरंगोजी येतात.)

शिवाजी : बोला, फिरंगोजी. शत्रूहाती गड देऊन कोणत्या तोंडानं आमच्या समोर आलात?

फिरंगोजी : काय करणार, महाराज. प्रत्यक्ष युवराज गडाच्या दाराशी आले

आणि दार उघडा म्हणाले.

शिवाजी : आणि म्हणून तुम्ही दरवाजे उघडलेत. तोफा का डागल्या नाहीत? राज्याचे युवराज म्हणून ते आले नव्हते. येत होते ते शत्रूचे सहा हजारी मनसबदार म्हणून! तुम्ही जाणकार. वडीलधारे. हे तुम्हाला तरी कळायला हवं होतं.

फिरंगोजी : महाराज, शंभूराजांना पाहिलं आणि...

शिवाजी : शंभूराजे! फिरंगोजी, धोका घडतो, तो इथंच. तुम्हाला आठवतो, तो शंभूबाळ. अंगाखांद्यांवर खेळवलेला. फिरंगोजी, आम्हाला तुमची योग्यता माहीत आहे. मासाहेबांच्या समोर सोंगट्याचा पट मांडणारे तुम्ही. हा डाव विसरलात कसा?

हिरोजी : महाराज, दिलेरखानाच्या लोकांनी आपल्या सातशेंचे हात तोडले.

शिवाजी : (उठून उभे राहतात. फिरंगोजीकडे संतापाने बघतात.) फिरंगोजी, हे सत्य आहे?

फिरंगोजी : (खाल मानेनं) विश्वासानं आम्ही गड खाली केला. आमची फौज विश्वासानं गाफील राहिली. महाराज, शंभूराजे असता असं काही घडेल, याची कल्पना नव्हती.

शिवाजी : असं काही घडेल, याची कल्पना आम्हाला तरी कुठं होती? आमच्या बेसावधपणाची शिक्षा आम्ही भोगतो आहोत. फिरंगोजी, तुमचा गुन्हा माफ करण्यासारखा नाही. तुम्ही गड खाली केला. शत्रूहाती दिला आणि स्वराज्याशी इमानी असलेल्या सातशे लोकांचे हात तोडले जात असता उघड्या डोळ्यांनी पाहत राहिलात. नाही, फिरंगोजी, या गुन्ह्याला क्षमा नाही. तुम्ही दाखवलेल्या भावनेपोटी स्वराज्याची झालेली हानी कधीही भरून निघणार नाही. निदान आमच्या हातून क्षमा होणे नाही...

फिरंगोजी : महाराज, मी काय करणार? माझी मर्यादा मला माहीत होती.

शिवाजी : मर्यादा? कसली मर्यादा पाळलीत तुम्ही? आठवतं? स्वराज्याचा डाव मांडला, तेव्हा चाकणचा भुईकोट तुम्हीच आमच्या स्वाधीन केला ना?

पुतळा : महाराज...

शिवाजी : राणीसाहेब, तुम्ही यामध्ये हस्तक्षेप करू नका. आम्ही निर्णय घेऊ, तो पक्का असेल. कितीही कठोर असला, तरी आम्ही तो तडीस नेऊ. आज भूपाळगड गेला. उद्या त्याच भावनेपोटी

आमचे सारे गड जातील. अशी बेदिली आमच्या राज्यात चालणार नाही. हा गुन्हाच असा आहे, तिथं वयाचा, मानाचा मुलाहिजा आम्ही राखू शकत नाही. फिरंगोजी, या गुन्ह्याला शिक्षा एकच. तोफेच्या तोंडी!

फिरंगोजी : महाराज, आजवर स्वराज्याची चाकरी केली. इमान सोडलं नाही. घडल्या गुन्ह्याची मला दिलेली शिक्षा आनंदानं भोगेन. वाईट एवढंच वाटतं; या पायीची चाकरी सुटेल. महाराज, आजवर मी इमाने इतबारे सेवा केली असेन, तर एक विनंती आपण मान्य करावी.

शिवाजी : तुमच्या सेवेची शंका नाही. बोला, फिरंगोजी, सांगा. आम्ही काय करावं!

फिरंगोजी : पिकलं पान दुसरी काय इच्छा बाळगणार, महाराज! आपण दिलेली शिक्षा या घडीला द्यावी. विलंब लावू नये.

शिवाजी : फिरंगोजी...

फिरंगोजी : आजवर स्वराज्याची सेवाच केली. ती सेवा करता करता मरण आलं, तर त्यापेक्षा आनंद कोणता, महाराज. माझ्या जिवाचं सोनं होईल...

(फिरंगोजी वळतात.)

शिवाजी : फिरंगोजी, क्षणभर थांबा. शिक्षा कठोर दिली. आम्हाला त्यासारखं दु:ख नाही; पण फिरंगोजी, आमच्या भावना स्वराज्याशी जखडल्या आहेत. आम्ही तुम्हाला वडिलकीच्या नात्यानं काका म्हणत आलो. (उठतात.) अखेरच्या क्षणीही तुम्ही आपल्या स्वराज्याला आशीर्वादच देत राहाल. फिरंगोजी, जाताना तुमची चरणधूळ आम्हाला स्पर्शू दे. (फिरंगोजीच्या पायांना हात लावतात.)

फिरंगोजी : राजे, काय करता हे?

शिवाजी : काही नाही. पापक्षालन जे असतं, ते करतो आहोत. दुसरं काही नाही... काही नाही... फिरंगोजी, जा तुम्ही. (फिरंगोजी जातात.)

पुतळा : कसला निर्णय केलात?

शिवाजी : करावाच लागला. पुतळा, एक लक्षात ठेव. हा निवाडा आहे पापपुण्याचा. राज्यरक्षणाचा. दया, क्षमा, शांती यांचा विचार करून चालणार नाही. त्यात का आम्हाला आनंद आहे?

पुतळा : एक विचारू?

शिवाजी	:	विचारा. आता त्याखेरीज राहिलंय काय?
पुतळा	:	उद्या शंभूबाळ सापडले, तर हीच शिक्षा देणार?
शिवाजी	:	पुतळा, जबान आवरा.
पुतळा	:	महाराज, भीती वाटते? हा सवाल आहे.
शिवाजी	:	सवाल? पण, राणीसाहेब, जबाब द्यायचा कुणी? एका जात्या जिवानं आमच्याकडून वचन घेतलं होतं. शंभूबाळांना तळहातीच्या फोडासारखं जपा, म्हणून! ते ऐकायचं, का तुमचा जबाब?
पुतळा	:	राज्यरक्षणासाठी शंभूबाळांना हीच शिक्षा होणार असेल, तर महाराज, त्या आठवणी कशाला? भावनांना अर्थ आहे कुठं?
शिवाजी	:	काय बोलता, राणीसाहेब!
पुतळा	:	आता पुतळा गेली आणि राणीसाहेबही गेली...
शिवाजी	:	पुतळा, परमेश्वरानं आम्हाला दोन मनं दिली आहेत, त्याला आम्ही काय करावं? एक मायेचं आहे आणि दुसरं कठोर. पुतळा, आमची परीक्षा घेऊ नको.
पुतळा	:	परीक्षा! महाराज, ती योग्यता माझी नाही. परमेश्वरानं आम्हाला जे मन दिलंय त्याला एकच पदर आहे, महाराज. मायेचा पदर. फिरंगोजीकाकांना आम्ही विसरू शकत नाही. मासाहेबांच्या संगती पट खेळणारे, शंभूबाळांना अंगाखांद्यांवर खेळवणारे काका आम्हाला विसरता येत नाहीत. महाराज, मायेच्या पदरात जखडलेली माणसं कर्तव्याच्या पदरानं अशी तोडली जातात, हे आम्हाला कळत नाही, म्हणून बोलते.
शिवाजी	:	माया! अनर्थकारी! पुतळा, कशाला आमच्या मनाला संभ्रमात टाकता? असले सवाल आम्हाला कुणी विचारले नव्हते. सईनंदेखील विचारले नव्हते.
पुतळा	:	महाराज, त्या वेळी मायेचा पदर तुटायची वेळ आली नव्हती. तसा प्रसंग येता, तर तेही विचारणं झालं असतं. महाराज, आपण राजे आहात. तुम्ही कोणालाही कठोर शिक्षा देऊ शकता; पण एक सांगावंसं वाटतं. कठोरपणानं तोडलेला तो पदर आयुष्यात कधीच जोडला जाणार नाही. त्या आठवणी विसरता येणार नाहीत. मनाचा छळ सोसणं एवढंच हाती राहील.
शिवाजी	:	राणीसाहेब, काय बोलता?
पुतळा	:	महाराज, क्षमा असावी. राहवलं नाही, म्हणून बोलले.
शिवाजी	:	पुतळा, तू राणी म्हणून बोलत नाहीस. तू बोलते आहेस पत्नी

म्हणून. नाहीतर हे धारिष्ट तुला झालं नसतं. काय करावं, हे सुचत नाही. एका बाजूला कर्तव्याची हाक येते आणि कठोर न्याय द्यावा लागतो, तर दुसऱ्या बाजूला मायेचा पाझर फुटू लागतो. कर्तव्य पाळायचं, की मायेचा पाझर जपायचा? पुतळा, आमचं मन आजच्याइतकं सैरभैर कधीच झालं नव्हतं. मस्तक सुन्न झालं आहे. या क्षणी असं वाटतं, मृत्यूनं आमच्यावर या क्षणी झडप घातली, तर केवढं बरं होईल. कर्तव्यापोटी वडीलधाऱ्यांना तोफेच्या तोंडी द्यायचं आणि आम्ही जगायचं. पुतळा, हे जगणं नाही. हे भोगणं आहे, भोगणं! याखेरीज आमच्या हाती आहे काय? जा, पुतळा. फिरंगोजींना सांग. त्यांची शिक्षा रद्द केलीय म्हणून. आम्हाला जगायला हवं. प्रजेसाठी! राज्यासाठी! आम्हाला मरता येणार नाही. जगायला हवं... जगायला हवं...

(पुतळाबाई आनंदित होतात. त्याच आनंदात त्या वळतात.)

(प्रवेश दुसरा समाप्त)

प्रवेश तिसरा

(सदरेवर अनाजी, मोरोपंत, हंबीरराव उभे आहेत.)

शिवाजी : जगदंबेच्या कृपेने संभाजीराजे सुखरूपपणे पन्हाळ्यावर पोहोचले आहेत.

अनाजी : पन्हाळगडावर?

शिवाजी : हां, अनाजी. तुम्हाला ते कसं कळणार? राज्याच्या चार पाकळ्यांपैकी एक पाकळी मागणारे तुम्ही! आम्ही गुप्तहेरामागून फिरतो आणि तुम्ही गडावर बसून स्वस्थ राहा.

हंबीरराव : महाराज, पण युवराज आले कसे?

शिवाजी : त्यांच्या नाही, आमच्या नशिबानं! हंबीरराव, दक्षिण-मोहिमेचं पहिलं यश कुठे पाहिलं असेल, तर ते इथं! आमचे युवराज ना आदिलशाहीकडे जाऊ शकत होते, ना कुतुबशाहीकडे. औरंगजेबानं दिलेरखानाला आज्ञा पाठविली होती. संभाजीराजे तुमच्या हाती आहेत. त्यांना आमच्याकडे पाठवून द्या; पण

दिलेरखान युवराजांचा सच्चा मित्र निघाला. त्यानं ते केलं नाही. त्यानं संभाजीराजांना पळून जाण्याचा सलाह दिला; पण संभाजीराजे जाणार कुठं? ते सरळ पन्हाळ्याला आले; पण त्यामागे आमचा एक खास जासूद होता.

अनाजी : जासूद?

शिवाजी : हां, जासूद! खास नजरबाज!! आमच्या सूनबाई. प्रधानमंडळापेक्षाही जास्त ताकद आम्हाला तिथं दिसली.

हंबीरराव : युवराजांनी पन्हाळगडावर राहण्यापेक्षा...

शिवाजी : हंबीरराव, युवराज तिथं राहिलेत, ते खुशीनं नाही. आमच्या आज्ञेनं. युवराजांना आम्ही नजरकैद सांगितली आहे.

हंबीरराव : नजरकैद? आणि युवराजांना?

शिवाजी : हां! नजरकैद! जे मोगलांचे चाकर बनून आले, त्यांना फक्त नजरकैदच! आणि ती आम्ही सांगितली. (अनाजीकडे पाहतात.) अनाजी, आज तातडीनं सर्वांना का बोलावलं, याची कल्पना आली असेल.

अनाजी : जी! नाही, महाराज.

शिवाजी : निदान काही अंदाज...

अनाजी : मला वाटतं, युवराजांच्या बाबतीत...

शिवाजी : तेच खरं, अनाजी. युवराज परत आल्याचं ऐकून आम्हाला खूप आनंद झाला, पण त्याचबरोबर आमची काळजीही वाढली. त्याच कारणास्तव दोन दिवस आम्ही बैचेन आहोत. युवराज आले; पण त्यांचा सिलसिला कसा सोडवायचा? आपलं मत आम्हाला स्पष्ट हवं. त्याचसाठी तुम्हा सर्वांना बोलावलं आहे.

अनाजी : युवराज राज्य सांभाळतील, असं वाटत नाही. कोणत्या क्षणी ते अविवेकी निर्णय करतील, याचा भरोसा नाही.

हंबीरराव : क्षमा, महाराज...

शिवाजी : बोला हंबीरराव, मोकळेपणानं बोला.

हंबीरराव : महाराज, संभाजीराजे युवराज आहेत. थोरले आहेत. त्यांच्या अधिकाराबद्दल कोण शंका घेणार?

शिवाजी : हंबीरराव, तुम्ही आमचे सेनापती. तुमची निष्ठा आम्हाला कळते; पण अशीच भाबडी निष्ठा वाहिली, तर एक ना एक दिवस ती अनर्थकारक ठरेल. स्वराज्याला अपायकारक ठरल्याविना

राहणार नाही.

हंबीरराव : काय चुकलं, महाराज?

शिवाजी : खूप चुकलं. तुम्ही फक्त आम्हाला पाहिलं. त्याचमुळं तुम्हाला आमचे युवराज दिसले आणि त्या गलतीत स्वराज्याचा विसर पडला. फिरंगोजींनी हीच चूक केली... आणि सातशे इमानी माणसं आयुष्यातून उठली.

अनाजी : महाराज, आम्हाला एकच वाटतं. लाख मरोत; पण लाखांचा पोशिंदा जगो.

शिवाजी : अनाजी, तुम्ही चुकता आहात, ते इथंच! लाखांचा पोशिंदा मरो, पण लाख जगोत, ही भावना तुमची का होत नाही? आम्ही विचारतो, अशी भावना का होत नाही तुमची?

हंबीरराव : महाराज, युवराजांना संधी मिळाली, तर ते निश्चित सुधारतील. आता त्यांना पश्चात्ताप झाला असेल.

शिवाजी : असेल! होईल! याला काही अर्थ आहे का? हंबीरराव, अग्नीवर अजाणतेपणी बोट पडलं, तरी ते होरपळतंच. आमचं एकट्याचंच जीवन असतं, तर आम्ही याचा विचारही केला नसता; पण आज नर्मदेपासून तुंगभद्रेपावेतो स्वराज्याचा पसारा. त्याच्याशी जुगार खेळायचा कसा?

हंबीरराव : महाराज, स्पष्ट बोलतो, माफी असावी.

शिवाजी : बोला, हंबीरराव.

हंबीरराव : युवराजांचा राज्यावर जन्मजात अधिकारच आहे. तो डावलणार कोण?

शिवाजी : हंबीरराव, परत परत तीच गलती का करता? तुम्ही राज्याचे सेनापती आहात, याचा तुम्हास विसर पडला काय? हे राज्य कुणाचं? हंबीरराव, हे राज्य श्रींचं! वंशपरंपरा, वतनांची परंपरा चालवण्यासाठींच का आम्ही छत्रपती झालो? जुलमी यवनसत्तेला पायबंद बसावा, म्हणून तर आम्ही हिंदवी स्वराज्याची उभारणी केली. गागाभट्टांच्या विनंतीवरून आम्ही राज्याभिषेक करून घेतला. हे राज्य त्याच निष्ठेनं आमच्या माघारी चालावं, ही आमची इच्छा आहे.

मोरोपंत : महाराज, हा विचार आज कशासाठी?

शिवाजी : मोरोपंत, काळाचं भान साऱ्यांनीच ठेवायला हवं. सावधपणानं हे भान ठेवायला हवं! युवराजांच्या वर्तनानं आम्ही सावध

झालो. मोरोपंत, या राज्यासाठी हजारोंनी आपले जीव आनंदानं खर्ची घातले आहेत. हे स्वप्न साकार व्हावं, म्हणून! जिवाचा भरोसा कोण देणार? आम्ही आज असू, उद्या नसू. डोळ्यांदेखत तो विश्वास बाळगता यावा, ही आमची इच्छा आहे. आम्ही पन्हाळ्याला जायच्या आत याचा निर्णय व्हायला हवा.

मोरोपंत : निर्णय आपण करायचा, महाराज. आम्ही काय करणार?

शिवाजी : मोरोपंत, आमचे प्रधान हे बोलतात? निर्णय घेण्याचे अधिकार आम्ही तुमच्यावर सोपवले, ते हे ऐकवण्यासाठीच का? मोरोपंत, तुम्ही तुमचे विचार सांगा. हा सिलसिला संपवायचा, तो साऱ्यांच्या विचारानं!

मोरोपंत : महाराज, एवढं मोठं राज्य युवराज जबाबदारीनं सांभाळतील, असं मला वाटत नाही; पण असं जरी वाटत असलं, तरी आपल्या आज्ञेबाहेर आम्ही नाही. याचा निर्णय आपणच करावा, तसं होणं हेच उचित ठरेल.

अनाजी : आम्हालाही तेच वाटतं...

शिवाजी : आमची तुमच्याकडून हीच अपेक्षा होती. तुम्ही स्पष्टपणे आपलं मत सांगितलंत, यात आम्हाला समाधान आहे. आमचा विचार असा आहे. जिंजीकडील मुलूख संभाजीराजांना द्यावा आणि इथलं राज्य तुमच्या देखरेखीखाली रामराजांच्या हाती द्यावं.

मोरोपंत : महाराज, हा विचार योग्य वाटतो.

अनाजी : आमचीदेखील या बेताला संमती आहे.

शिवाजी : (खेदाने) हाती काही नसता आम्ही करोडो होनांचं राज्य उभं केलं. कशासाठी? राज्याची अशी शकलं करण्यासाठी? पंत, हे शल्य आम्हाला फार आहे. जगदंबेची इच्छा! जगदंबेच्या मनात हेच असेल, तर आम्ही करणारे कोण? आम्ही पन्हाळ्याला जातो आहोत, पंत. संभाजीराजांना आम्ही सांगू. संभाजीराजे आमचा शब्द खाली पडू देणार नाहीत. त्यांना सांगून आम्ही माघारी येऊ आणि नंतरच सारं निश्चित करू... पंत, आम्हाला आता विश्रांती हवी... विश्रांती...

(सारे मुजरा करून वळत असतानाच अंधार.)

(प्रवेश तिसरा समाप्त)

प्रवेश चौथा

(*स्थळ* : *पन्हाळगड.*
शिवाजीमहाराज व येसूबाई.)

शिवाजी : सूनबाई, फार चांगली कामगिरी केलीत. आमचे युवराज आम्हाला मिळवून दिलेत. कुठं आहेत शंभूबाळ? त्यांना पाहण्यासाठी आमचा जीव तरसतो आहे.

येसू : आबासाहेब, आपल्या आज्ञेची वाट पाहत ते दाराशी उभे आहेत.

शिवाजी : आज्ञेची वाट पाहतात? पोटच्या पोराला बापाची आज्ञा लागते? काय बोलता, सूनबाई! शंभूबाळ, आत या. शरमिंदे होऊ नका. छत्रपतींचे युवराज कधी शरमिंदे होत नसतात. शंभूबाळ, आत या.
(*संभाजीराजे प्रवेश करतात.*)

संभाजी : आबासाहेब, आम्ही चुकलो. आम्हाला क्षमा करा. आता दूधभात खाऊन आपल्या पायांशी आम्ही राहू.

शिवाजी : (जवळ घेतात) नको; असा भिऊ नकोस. शंभूबाळ, आमच्या मनात काही नाही. नाहीतर आम्ही तुम्हाला भेटण्यासाठी इथवर धावत आलो नसतो. कर्तव्य म्हणून आम्ही तुम्हाला नजरकैद सांगितली; पण शंभूबाळ, बापाचं मन, ते बापाचं मन. ते तुम्हाला केव्हा कळणार? एक लक्षात ठेवा, शंभूराजे, आम्हालाही कैकवेळा वाटतं, की सामान्य माणसं म्हणून आम्ही जन्माला आलो असतो, तर फार बरं झालं असतं; पण आम्ही झालो छत्रपती आणि तुम्ही झालात युवराज! इथंच दोघांचाही घात झाला. त्या तोलामोलानं आम्हाला जगायला हवं. सामान्य जीवन जगायचं आपल्या नशिबी नाही. भावनेच्या भरात, संतापाच्या भरात असं अविवेकी वागणं तुम्हाला शोभणार नाही.

संभाजी : आबासाहेब, आमच्या पाठीशी कोणी नाही.

शिवाजी : हाच, हाच तो अविवेक. शंभूबाळ, हाच अविवेक केव्हातरी आमच्या नव्हे, तुमच्या नव्हे, तर राज्याच्या नाशाला कारणीभूत होईल.

संभाजी : आबासाहेब...

शिवाजी	:	बाळ, किती वेळा सांगायचं तुला? संताप हा अविवेकी असतो. संयम हा विवेकी असतो. समर्थांनी आम्हाला सांगितलं, विवेकानं राज्य करा, म्हणून. हे तुमच्या ध्यानी कसं येत नाही?
संभाजी	:	आबासाहेब, मासाहेब गेल्या आणि आमच्या मायेची पाखर गेली. आम्ही पोरके झालो. ना तुमचं छत्र, ना मंत्रिमंडळाचं!
शिवाजी	:	शंभूबाळ, असं बोलू नका. आम्हाला का ते ठाऊक नाही? मी बाप आहे. आईची माया आम्ही देणार कशी? तुम्ही ध्यानी घेत नाही. पुतळाबाई राणीसाहेबांनी तुम्हाला काय थोडी माया दिली?
संभाजी	:	आबासाहेब, त्यांच्याबद्दल आमच्या मनात शंका नाही. त्यांनी आमच्यावर उदंड माया केली; पण ती माया कुणी टिकू देत नाही.
शिवाजी	:	तेही आम्हाला मान्य आहे. शंभूबाळ, ते दुःख नुसतं तुमचं नाही, आमचंही आहे; पण शंभूबाळ, त्या वैतागापायी तुम्ही मोगलांना मिळालात. हिंदवी स्वराज्याची उभारणी आम्ही करतो आणि खुद्द आमचे युवराज शत्रूशी दिलजमाई करतात! आमच्या विरुद्ध चालून येतात. आता येईन, तो सह्याद्री जिंकण्यासाठी, म्हणून आम्हाला निरोप धाडतात! शंभूराजे, सह्याद्री जिंकणं एवढं का सोपं वाटलं? युवराज, तुम्हाला हवं होतं, तर आम्हाला सांगायचं होतं. आम्ही तुम्हाला आनंदानं दिलं असतं.
संभाजी	:	नजरकैद?
शिवाजी	:	नजरकैद! शंभूबाळ, तुमच्या नशिबी ती का आली, याचा विचार केलात? त्यात ना आम्हाला आनंद होता, ना हौस.
संभाजी	:	मोगलांना मिळण्यात आम्हालाही आनंद नव्हता.
शिवाजी	:	शंभूराजे, सरळ विचार कधी करताच येत नाही का? आमचं मन थोडं तरी जाणून घ्या. काळावरही मात करणारी आमची छाती; तुमच्या अविवेकी वागण्यानं पार पोखरून गेली! सारा धीर खचून गेला. भवानीच्या कृपेनं तुम्ही माघारी आलात. तुमच्या रूपानं परमेश्वर आला, असं आमच्या चित्ती आलं.
संभाजी	:	ती जाणीव झाली, म्हणून आम्ही परत आलो, आबासाहेब. राज्यासाठी नाही, आपल्यासाठी आम्हाला यावं लागलं.
शिवाजी	:	राजे!

संभाजी	:	आबासाहेब, आम्हाला राजे कशाला म्हणता? युवराजपद गेलं. सुभेदारी गेली. शृंगारपुराहून परळीला जाण्याची आज्ञा झाली. संन्यास तेवढा बाकी राहिला. जिथं शंभूबाळ म्हणून जगू शकलो नाही, तिथं राजे कुठले?
शिवाजी	:	वेड्या पोरा, असं बोलू नको. तुझ्यासाठी थोडं का दुःख सोसलं? तुझ्या बोलांनी ते का म्हणून वाढवतोस? शंभूबाळ, केव्हा कळणार तुला? या हातांनी तुला लहानाचा मोठा केला, त्या हातांना काहीच का यश नाही? अरे, मुकी जनावरंदेखील केव्हातरी पाठीवरून फिरवलेल्या मायेच्या हाताची आठवण ठेवतात.
संभाजी	:	महाराज, माणसं जनावरासारखी अल्पसंतुष्ट नसतात.
शिवाजी	:	शंभूबाळ, हे बोलण्याचं धाडस कुठून आणलंत? कुठून बळ आलं हे? जन्माला आलात आणि दोन वर्षातच मातृवियोग तुमच्या नशिबी लिहिला गेला; पण पोरकेपण तुमच्या नशिबी नव्हतं. सहस्र हातांनी उदंड माया करणारी माय, मासाहेब तुम्हाला लाभल्या. संसारात सुलक्षणी, सालस, सौंदर्यसंपन्न अशा पत्नीची जोड मिळाली. तुमच्या कर्तेपणाची जाणीव आम्हाला झाली आणि आम्ही तुम्हाला राजकारणात गुंतवलं. मोहिमांवर तुम्हाला पाठवलं. ते युवराज म्हणूनच ना? युवराजपदाची सत्ता तुमच्या हाती होती. मासाहेबांचं छत्र तुम्हाला लाभलं होतं. मासाहेब गेल्या आणि विवेकाच्या स्वाधीन होण्याऐवजी तुम्ही अधीन झालात, ते वाढत्या वयाच्या!
संभाजी	:	आबासाहेब, आम्हाला...
शिवाजी	:	खामोश! ज्या गुन्ह्याचा मुलाहिजा आम्ही कधीही राखला नाही, असा गुन्हा तुम्ही केला. तुमच्या प्रेमापोटी आम्ही तो पोटात घातला. आम्हाला वाटलं, अनुभवानं तुम्ही शहाणे व्हाल; पण ते भाग्य आमच्या नशिबी नव्हतं.
संभाजी	:	आबासाहेब, आम्ही...
शिवाजी	:	अनाजी, मोरोपंत या मंडळींवर तुमचा रोष! ज्या माणसांनी रोहिडेश्वरच्या शपथेपासून आजतागायत आम्हाला साथ दिली, अशी ती आमच्या तोलामोलाची माणसं. ती माणसं जाणती, म्हणून तुमच्या नेणतेपणावर त्यांनी पांघरूण घातलं.

संभाजी	:	आबासाहेब, खरंच आम्ही...
शिवाजी	:	काही बोलू नका. शंभूराजे, स्वराज्याशी इमान असणारी माणसं तुम्हाला जोडताच आली नाहीत. तुम्ही जोडलेली माणसं निरखा. आम्ही हयात असता तुम्हाला कलशाभिषेक करून मोकळी झाली. कलशाभिषेकाचा अर्थ आम्ही जाणतो. शत्रूंनी मरावं आणि तुम्ही जगावं. म्हणजेच आम्ही मरावं आणि तुम्ही जगावं! शंभूराजे, तुम्ही हा अभिषेक मान्य केलात. पराक्रमापेक्षा जारणमारणात तुम्ही अधिक गुंतलात. शौर्याची नशा तुम्ही कधीच बाळगली नाही. शाक्ताच्या नादी लागून सुभ्याकडे दुर्लक्ष केलंत. होमहवनानं विजय संपादन होत नाहीत, हे तुमच्या ध्यानी कधी आलंच नाही.
संभाजी	:	आबासाहेब, आम्ही खरंच चुकलो.
शिवाजी	:	चुकलात! केवढी चूक केलीत! आमची पाठ फिरली नाही, तोवर दिलेरखानाशी बोलणी सुरू केलीत... आणि जेव्हा आमच्या मनी-स्वप्नी नव्हतं, तेव्हा तुम्ही मोगलांना मिळालात, मनसबदार बनलात. ही तुमच्या संतुष्टपणाची कथा! तुमच्या शब्दासाठी भूपाळगडाचे दरवाजे मोकळे झाले आणि स्वराज्याशी इमानी असणाऱ्या सातशे लोकांचे हात दिलेरखानानं तोडले. ते तुम्ही उघड्या डोळ्यांनी पाहिलंत. ते पातक दिलेरखानाचं नाही; शंभूराजे ते पातक तुमचं आहे. तिकोट्याला दिलेरखानानं नंगानाच घातला...
संभाजी	:	त्यालाच विटून आम्ही परत आलो.
शिवाजी	:	हां! तेवढी आमची समजूत होती, तर किती बरं झालं असतं. राजे, नशिबानं सुटलात. औरंगजेबानं तुम्हाला कैद करून पाठविण्याचा हुकूम दिला होता. ते तुम्हाला समजलं आणि तुम्ही माघारी आलात. राजे, आम्ही सांगतो, त्यावर विश्वास ठेवा. अन्य कुणाच्याही हाती सापडा, पण त्या औरंगजेबाच्या हाती सापडू नका. जिवंत मरण तो तुम्हाला भोगायला लावील. शंभूराजे, सावध व्हा. जन्म आणि मृत्यू कुणालाही टळलेला नाही. आमच्या मायेच्या तराजूला पासंग असेल; पण आम्ही असं ऐकलंय, की त्या परमेश्वराच्या तराजूला पासंग नाही. तुमची अखेर कशी असेल, याचा विचार जरी मनात आला, तरी आमच्या आतड्यांना पीळ पडतो. राजे, त्या

तराजूची तरी भीती बाळगा.

संभाजी : आबासाहेब, आम्ही क्षमा मागत नाही. आम्हाला हवी ती शिक्षा करा. आम्ही ती आनंदानं भोगू... कडेलोट, तोफेच्या तोंडी, हत्तीच्या पायाखाली! द्याल, ती शिक्षा आम्ही भोगू!

शिवाजी : कडेलोट! तोफेच्या तोंडी! हत्तीच्या पायाखाली!!! शंभूबाळ, या मामुली शिक्षेवर आता तुमची सुटका नाही. तुमच्या गुन्ह्याला आमच्या नजरेसमोर एकच शिक्षा आहे आणि ती भोगल्यावाचून तुमची सुटका होणार नाही... जातो आम्ही. फार थकलोय आम्ही. फार थकलो...

(शिवाजीराजे वळतात.)

संभाजी : असं अर्धवट बोलून जाऊ नका, आबासाहेब! आबासाहेब, आम्हाला आमची शिक्षा सांगा. केवढीही भयंकर शिक्षा असली, तरी ती आम्ही आनंदानं भोगू...

शिवाजी : आनंदानं भोगाल! भोगाल, शंभूराजे? तुमची इच्छा असेल, तर आम्ही तुमची शिक्षा सुनावतो. शंभूराजे, तुम्हाला एकच शिक्षा... एकच शिक्षा... ती म्हणजे आमचा मृत्यू! आमचा मृत्यू!!

(असह्यपणे संभाजीराजे 'आबासाहेबऽऽ' म्हणतात.)

(प्रवेश चौथा समाप्त)

प्रवेश पाचवा

(सदरेवर अनाजी, हिरोजी, हंबीरराव बसलेले आहेत.)

हिरोजी : युवराजांच्या वर्तनामुळं महाराज हल्ली किती बैचेन असतात, नाही?

अनाजी : महाराज युवराजांना भेटले; पण इथं आल्यापासून काय बोलणं झालं, ते काही सांगितलं नाही.

हंबीरराव : तुम्हाला चिंता लागणं साहजिकच आहे, अनाजी.

अनाजी : नाही, हंबीरराव. आम्हाला चिंता आहे, ती महाराजांची. तेवढ्यासाठीच युवराजांविषयी चर्चा व्हायला हवी.

हंबीरराव : राजांनी सर्वच गोष्टी मंत्रिमंडळाला सांगायला हव्यात, असा

का दंडक आहे?

(शिवाजीमहाराज प्रवेश करतात. सर्वजण मुजरे करतात.)

शिवाजी : हंबीरराव, अनाजी म्हणतात, ते बरोबर आहे. त्यासाठीच आम्ही तुम्हाला इथं बोलावलं आहे. हंबीरराव, राजाचं रूप एकेरी नसतं. राजा, प्रधान आणि सेनापती असं त्रिदलाचं ते रूप असतं. प्रधानमंडळ आणि राजा एकमतानं गेले, तरच राज्याचं हित साधतं. अनाजी, आम्ही संभाजीराजांना भेटलो. त्यांना खूप पश्चात्ताप झाला आहे, म्हणे! या अनुभवानं ते शहाणे होतील, असा आम्हाला भरवसा वाटतो.

हंबीरराव : युवराजांवर कुणाचा भरवसा नसला, तर आमचा आहे.

शिवाजी : हंबीरराव, स्पष्टच सांगा ना, की अनाजी, मोरोपंत यांचा युवराजांवर विश्वास नाही, म्हणून. हंबीरराव, विश्वास एवढा सोपा नसतो. तो आपल्या वर्तनानं मिळवावा लागतो. त्याला फार जपावं लागतं. रोहिडेश्वराच्या शपथेच्या वेळी आमच्या हाती ना सत्ता होती, ना मत्ता होती; ना संपत्ती. एका विश्वासाखेरीज द्यायला आमच्या हाती काय होतं? जिथं खुद्द आम्हाला युवराजांविषयी भरवसा देता येत नाही, तिथं प्रधानमंडळाला दोषी का धरायचं?

अनाजी : महाराज, आम्हाला विश्वास वाटत नाही, असं नाही; पण युवराजांच्या मनात आमच्याविषयी विश्वास नाही. आमच्यावर म्हणण्यापेक्षा माझ्यावर. मीच बाजूला झालो, तर सारी अडचण दूर होईल.

शिवाजी : आम्ही समजू शकतो, अनाजी; पण तुम्ही बाजूला होण्यानं हा गुंता संपणार नाही. आम्हाला निराळंच चित्र दिसतंय. क्षणभर समजा; आम्हीच बाजूला झालो, तर...

हिरोजी : महाराज...

शिवाजी : मर्त्य जिवाचा भरवसा धरू नका. हिरोजी, ज्यानं अनेक जिवांची जबाबदारी पत्करलेली आहे, त्यानं तर सदैव आपल्या मृत्यूचा विचार करावा. त्याच्या माघारी, त्यानं उभारलेलं कार्य थांबणार नाही, याची त्याला खात्री असायला हवी. आमचं राज्य आमच्या माघारी निर्धास्त असल्याची खात्री मला वाटावी, एवढीच इच्छा आहे.

अनाजी : महाराज, आपला विचार काय आहे? हे आज बोलण्याची

गरज काय?

शिवाजी : अनाजी, पुढचा काळ एवढ्या शांततेचा मिळेल, असं वाटत नाही. ते जाणूनच आम्ही युवराजांना राज्याची वाटणी सुचवली.

हंबीरराव : महाराज...

शिवाजी : हंबीरराव, राज्याची वाटणी करण्याची का आम्हाला हौस आहे? असो! शक्य तेवढ्या लवकर रामराजांची मुंज आणि लग्न आटोपून घ्यावं, असं आमच्या मनात आहे.

हंबीरराव : एवढी गडबड करण्यासारखी परिस्थिती आहे, असं आम्हाला वाटत नाही. बाळराजे अद्याप लहान आहेत.

शिवाजी : बाळराजे लहान आहेत आणि आता आम्ही फार मोठे झालो आहोत. युवराज ज्या दिवशी मोगलांना मिळाले, त्या दिवसापासून आम्हाला या जबाबदारीची भीती वाटते. सगळं असुरक्षित वाटतं...

अनाजी : महाराज, चिंता नसावी. आम्ही कोणत्याही प्रसंगात एकमनानंच उभं राहू. आपली आज्ञा तडीला नेण्यात आम्हाला धन्यताच वाटेल. त्यात शंका...

शिवाजी : त्यात आम्हाला शंका वाटत नाही. आता आम्हाला आमची आज्ञा पाळणारे नको आहेत. आम्ही असू, वा नसू; पण आमचे मनोरथ सिद्धीला नेणारे, स्वराज्याच्या हितासाठी मनानं निर्णय घेणारे आणि ते तडीपार नेणारे हवे आहेत. ती ताकद तुमची, हंबीररावांची आणि मोरोपंतांची. आपली ओळख लवकरात लवकर करून घ्या. फार वेळ राहिला नाही.
(मोरोपंत थैली घेऊन प्रवेश करतात. मुजरा करतात.)

शिवाजी : या मोरोपंत, आम्ही केव्हापासून तुमची वाट पाहतो आहोत. काय खबर आणलीत?

मोरोपंत : औरंगाबादेहून बातमी आली आहे. मोगली फौजा औरंगाबादेच्या आसपास गोळा होत आहेत.

हंबीरराव : यात नवीन काय?

मोरोपंत : एवढंच नाही, तर आलमगीर दक्षिणेत उतरणार आहे. बातमी विश्वासाची आहे.

अनाजी : आलमगीर? औरंगजेब खुद्द उतरणार?

शिवाजी : का? घाबरलात?

अनाजी : महाराज, आपण असल्यावर आम्ही भिऊ कशाला?

शिवाजी : मोरोपंत, अनाजी, हंबीरराव! सैन्याचा, खजिन्याचा सारा

तपशील तयार आहे?

हंबीरराव : होय, महाराज.

मोरोपंत : सर्व तयार आहे.

शिवाजी : हिरोजी, तुम्ही सदरेबाहेर उभे राहा. कुणालाही आत सोडू नका.

(हिरोजी मुजरा करून जातात.)

अनाजी : औरंगाबादेला मोगली फौजा गोळा होत आहेत, हे खरं; पण त्यासाठी औरंगजेब दक्षिणेत येईल, असं वाटत नाही.

शिवाजी : अस्सं! हा आमच्या सचिवांचा अंदाज, की प्रार्थना?

अनाजी : अंदाज आहे, महाराज. उत्तरेत बंडाचा उठाव होत असताना आलमगीर दक्षिणेत उतरेल, असं वाटत नाही.

शिवाजी : नाही, अनाजी. आलमगीर दक्षिणेत उतरणार, यात आम्हाला शंका वाटत नाही. काळजी वाटते, ती...

अनाजी : काळजी कसली, महाराज? आपलं राज्य बळकट पायावर उभं आहे.

शिवाजी : अनाजी, गेली तीस वर्ष आपण हा खेळ खेळतो आहोत. आम्ही नसताही आमचे मनोरथ सिद्धीला नेण्याची तुमची कुवत आहे, पण...

अनाजी : महाराज, राज्याचा सचिव म्हणून सांगतो. आपण निश्चिंत असावं...

शिवाजी : व्वा! राज्याचे सचिव तुम्ही. हे तुम्ही बोलावं? आमच्या राज्याभिषेकाबरोबरच हे अजाणपण साऱ्यांच्याच मनांत रेंगाळत आहे. सारे निर्धास्त बनले आहेत. त्याचीच आम्हाला भीती वाटते. अनाजी, शत्रूच्या राज्यातल्या बंडाच्या बातम्या अशाच सुखावतात आणि गाफील बनवायला कारणीभूत होतात; हे कधीही विसरू नका.

हंबीरराव : म्हणजे आलमगीर येणार, तर!

शिवाजी : निश्चित येणार. हंबीरराव त्याला यावंच लागेल. एक ना एक दिवस औरंगजेब येणार आणि त्याच्याशी आमचा मुकाबला होणार, याची जाणीव आम्हाला होतीच. यासाठी तर आम्ही एवढी मेहनत घेतली. हंबीरराव, आमची फौज किती?

हंबीरराव : राऊत एक लक्ष पाच हजार. शिलेदार पंचेचाळीस हजार आणि हशम एक लक्ष, हा राखीव फौजेचा आकडा.

शिवाजी : ठीक आहे. अनाजी, आमचा खजिना काय म्हणतो?

अनाजी : सुवर्णनाणी आणि पातशाही होन एकवीस लक्ष. पंचवीस लक्ष निशाणी होन आणि साडेबारा खंडी सोनं आहे.

शिवाजी : मोरोपंत, आमचे गड?

मोरोपंत : एकंदर प्रथम पन्नास. एकशे अकरा आपण वसविलेले आणि कर्नाटक प्रांतीचे एकोणऐंशी. असे सर्व मिळून दोनशे चाळीस.

शिवाजी : मोरोपंत, हे सारं गोळा केलं ना, ते याच क्षणासाठी. आम्ही तुम्हाला वारंवार सांगतो आहोत, की आता होईल, ती निर्णायक लढाई. यातून आकार घेईल ते श्रींचं राज्य!

हंबीरराव : हे जर जमलं, तर स्वर्गाला हात पोहोचतील.

शिवाजी : ऐका, मोरोपंत! आमचे हंबीरराव जरतारी भाषा बोलतात! हे होणार, हंबीरराव, यात शंका धरू नका. हे श्रींचं राज्य उभं करण्याची जबाबदारी आम्ही घेतली. कार्य तडीला जाणं अथवा न जाणं हे माणसाच्या हाती नसतं; पण हाती घेतलेलं काम करीत असता त्या कामाला आपण पात्र आहोत, हा विश्वास त्या माणसाला असायला हवा. अनाजी, उत्तरेच्या बंडाचा तुम्हाला आधार वाटतो; पण ते बंड का घडतंय याचा विचार केलात? तुम्ही केला नसाल, पण त्या आलमगीरानं केलेला आहे. त्याचमुळं त्यानं दक्षिणेत उतरायचा निर्णय घेतला आहे. मोरोपंत, यापुढं उत्तरेच्या सर्व बातम्या आम्हास कळायला हव्यात. आमचे नजरबाज उत्तरेत लांबवर जाऊ देत. मोरोपंत, हंबीरराव, तुम्ही रणांगणाचे जाणते. औरंगजेब दक्षिणेत उतरेल, तो कसा उतरेल?

मोरोपंत : (विचार करून) मला वाटतं...

शिवाजी : बोला.

मोरोपंत : औरंगजेब प्रथम औरंगाबादेला येईल.

शिवाजी : हं!

मोरोपंत : तेथे फौजेची जुळवाजुळव करून तो पुणं गाठेल.

शिवाजी : (हसून) बरोबर, मोरोपंत. हा आजवरचा रिवाज! शास्ताखान, मिर्झाराजे याच मार्गानं आले; पण औरंगजेब हा मार्ग पत्करेल, असं वाटत नाही.

हंबीरराव : मग?

शिवाजी : हंबीरराव, औरंगजेब आज काय करतो आहे, ते बघा.

रजपूतांना जपणाऱ्या औरंगजेबानं काशीचं देऊळ फोडलं. मुसलमानांखेरीज सर्वांवर जिझिया कर लादला. हे धाडस आलं कुठून?

अनाजी : याचा पश्चात्ताप औरंगजेबाला झाल्याखेरीज राहणार नाही.

शिवाजी : अनाजी, चुकता आहात. हा देश मुसलमानांचा नाही. ते आले, ते हा देश जिंकण्यासाठी. एक अकबर सोडला, तर बाकी सर्वांनी याच मार्गांनी पावलं टाकली. या देशात हिंदू बहुसंख्य आहेत, हे का त्यांना माहीत नाही? म्हणून तर ते तडजोडीनं राज्य करीत होते. ही चूक औरंगजेबाच्या ध्यानी आली. या तडजोडीच्या राजकारणातूनच आमचा उदय झाला, हे त्यानं जाणलं आणि त्याचमुळं त्याचा होरा आम्हाला अचूक कळतोय आणि त्याचा मार्गही!

हंबीरराव : महाराज, तुळजापूर?

शिवाजी : शाब्बास! हंबीरराव. सेनापती शोभलात खरे. हाच औरंगजेबाचा मार्ग आहे. तो तुळजापूर, पंढरपूर, कोल्हापूर करीत राजापूर गाठेल.

मोरोपंत : पण याचा फायदा काय?

शिवाजी : फायदा! मोरोपंत, फायदा खूप आहे. आमचं राज्य आणि कर्नाटक याचे दोन तुकडे होतील. लढाई होण्यापूर्वींच तुळजापूर आणि पंढरपूर ही आमची दैवतं भ्रष्टवली जातील. ही क्षेत्रं वाचवता आली नाहीत, तर आमच्या धर्मराज्यावर निष्ठा राखणार कोण? आमचा श्रद्धाभंग करायचा असेल, तर खुद्द आमच्यासमोर युद्ध करण्याआधी तो आमची दैवतं भ्रष्ट करील.

मोरोपंत : मग तो येऊन भिडण्याआधीच त्याला गाठला, तर!

शिवाजी : तोच आमचा बेत आहे. आलमगीराची सावली आमच्या दक्षिणेत उतरण्याआधीच त्याला गाठायला हवं. त्याची वाट बघत बसणं नाही. मिर्झाराजापेक्षाही कुशाग्र बुद्धीचा थोर मुत्सद्दी आणि प्रखर सेनानी असं त्याचं रूप आहे. शिवाय दिलेरखानाच्या सूडबुद्धीची त्याला जोड आहे. चित्त्याच्या नजरेनं अंदाज घेत त्याची नजर दक्षिणेवर पडण्याआधीच त्याला गुजरात भूमीवर रोखला पाहिजे. तिथंच त्याची धूळधाण उडवली पाहिजे. हंबीरराव...

हंबीरराव : महाराजांनी नुसती आज्ञा करावी.

शिवाजी : इतके उतावीळ होऊ नका. सामना कठीण आहे. आपली

फौज लढत असताना इकडे अखंड फौज गोळा करीत राहावं लागेल. आमच्या हाकेनुसार कुतुबशहा आणि आदिलशहा मदतीला यायला हवेत. तेवढा स्वार्थ त्यांना कळतो. आता उसंत घेऊन चालणार नाही. मोरोपंत, तुम्ही नाशिक भागात पसरलेल्या फौजा एकत्रित करा. अनाजी, तुम्हाला कोकणपट्टी गाठावी लागेल. हंबीरराव, तुम्ही कऱ्हाडला छावणी करा. पन्हाळ्यापर्यंतच्या फौजा गोळा करा. आपली फौज जेवढी वाढवता येईल, तेवढी वाढवा. सारा मऱ्हाठी माणूस एकत्र करा. ही वेळच अशी आहे, की साऱ्यांनी एक व्हायचं आहे.

हंबीरराव : महाराज...

शिवाजी : बोला, हंबीरराव.

हंबीरराव : आणि युवराज...

शिवाजी : हंबीरराव, अशा कामात आमचे युवराज कसे मागे राहतील? युवराजांना वगळून आमचा बेत सिद्धीला जाणार नाही. हे आम्ही अनुभवलंय. युवराज जरूर येतील. किंबहुना तेच आमच्या फौजेचं नेतृत्व करतील. त्यांच्या कर्तृत्वाबद्दल आमच्या मनात शंका नाही. छातीवर वाघाला घेऊन लढण्याची त्यांची हिंमत आहे. त्यांना पाठबळ मिळालं, तर एकच काय, असे दहा आलमगीर आले, तरी ते मागे सरणार नाहीत. मोरोपंत, प्रत्येक गडावरच्या शस्त्रागारातील बंदुका, तलवारी, भाले, पट्टे यांच्या याद्या करायला सांगा. साऱ्या गडांवरील नामांकित तोफा खाली उतरू द्या. उडालेल्या तोफांच्या धुरानं व्यापलेल्या मुलखातून चारही वाटा पळणारी मोगली फौज आजही आम्हाला स्पष्टपणे दिसते आहे. भयभीत शत्रूचा पाठलाग करणाऱ्या आमच्या वीरांच्या तोंडून जेव्हा हरहर महादेवची घोषणा होईल, तेव्हा सोमनाथच काय, पण काशीविश्वेश्वराच्या मंदिरातून ओंकाराचा ध्वनी प्रकटल्याविना राहणार नाही. मोरोपंत, गाफील राहायला आता उसंत नाही. ही लढाई निर्णायक आहे. औरंगजेबाचा पराजय एवढाच आमचा हेतू नाही. दिल्ली तख्तताराज करून काशिविश्वेश्वराची स्थापना करण्याचं आमचं स्वप्न आहे. ते साकार करायला तुमचे हात आणि श्रींची इच्छा समर्थ आहे. जे करायचं, ते सावधपणानं करा. (शिवाजीराजे उठतात.) येतो आम्ही.

(सर्वजण मुजरे करतात. शिवाजी महाराज जात असतानाच अंधार.)

(प्रवेश पाचवा समाप्त)

प्रवेश सहावा

(स्थळ : शिवाजीमहाराजांचा महाल. सोयराबाई उभ्या आहेत. अनाजी येतात. मुजरा करतात.)

अनाजी : आपण बोलावलंत?

सोयरा : अनाजी, आम्ही इथं वाट पाहत होतो, निरोप मिळाल्यानंतर आपण...

अनाजी : क्षमा असावी. इकडेच यायला निघालो होतो. महाराजांची तब्येत बरी नाही, म्हणून कळलं.

सोयरा : कोण म्हणतं?

अनाजी : वैद्यराज भेटले होते. त्यांनी सांगितलं. थोडा ज्वर संभवतो.

सोयरा : नसती दगदग करून घेतली, की हे व्हायचंच! अशा अवस्थेत पन्हाळगडावर जाऊन युवराजांना भेटायचं काय नडलं होतं?

अनाजी : वैद्यराजांचा सल्ला काय आहे?

सोयरा : विश्रांतीचा सल्ला दिलाय.

अनाजी : ठीक. आम्ही नंतर येतो. (जाऊ लागतात.)

सोयरा : थांबा, अनाजी. (अनाजी थांबतात.) अनाजी, तुम्ही लवकरच कोकणपट्टीकडे जाणार, असं ऐकलं.

अनाजी : हो! आलमगीराच्या बंदोबस्तासाठी. तसा हुकूम झालाय.

सोयरा : अनाजी, तुम्ही या कामगिरीवरून शक्यतो लवकर यावं, हे इष्ट.

अनाजी : जी!

सोयरा : आता राजारामांची मुंज झाली. लग्नही पार पडलं. यापुढं त्यांची जबाबदारी मोठी. त्यांच्या पाठीशी तुम्हीच उभं राहायला हवं.

(अनाजी हसतात.)

सोयरा : का, अनाजी? का हसलात?

अनाजी : क्षमा असावी. स्पष्ट बोललो, तर चालेल?

सोयरा	:	बोला, अनाजी. आमचा तुमच्यावर विश्वास आहे.
अनाजी	:	सध्या रामराजांचा विचार मनात आणू नये.
सोयरा	:	बोला ना...
अनाजी	:	खरं बोलायचं झालं, तर –
सोयरा	:	बोला ना...
अनाजी	:	राणीसाहेब, रामराजांना युवराजपदाचे अधिकार द्यावेत, हा राजांचा विचार होता, हे खरं; पण...
सोयरा	:	होता?
अनाजी	:	हो! फार तर आजही आहे; पण हाच विचार कायम राहील, असं वाटत नाही.
सोयरा	:	कारण?
अनाजी	:	कारण एकच! राजांचं संभाजीराजांवरचं प्रेम. हा आजचा रोष कुठवर टिकेल? जोवर युवराज भेटत नाहीत, तोवरच. पाण्यात काठी मारून पाणी कधी तुटत नाही, राणीसाहेब.
सोयरा	:	आणि ही भेट झालीच नाही, तर...
अनाजी	:	ते आता अशक्य आहे. राज्यावर परचक्र येतं आहे. त्या वेळी युवराजांचं कर्तृत्व सिद्ध करण्यासाठी नक्कीच संधी दिली जाईल.
सोयरा	:	मग आपला सल्ला काय?
अनाजी	:	आपल्या मनातले विचार सध्या मागे टाकावेत. संकटकाळी युवराजपदासाठी न भांडता राज्ञीपदावर तृप्त असावं; हा आमचा सल्ला आहे.
सोयरा	:	विजयाबरोबर तुम्हीही फिरलात अनाजी?
अनाजी	:	गैरसमज होतोय, राणीसाहेब. आम्ही सदैव आपल्याच पाठीशी उभे राहू. आपला अधिकार डावलण्याची आमची कुवत नाही; पण त्याचबरोबर राजांशी बेइमान होणं आम्हाला जमणार नाही. साऱ्यांचंच इमान त्यांच्या चरणांशी जखडलं आहे. त्यातून कोणाची सुटका होणार नाही.
		(अनाजी मुजरा करून निघून जातात. ते जात असता...)
सोयरा	:	अनाजी...
		(त्याच वेळी शिवाजी महाराज प्रवेश करतात.)
शिवाजी	:	कोण, अनाजी...
सोयरा	:	आपण... इकडं येण्याचा त्रास कशासाठी घेतलात?

शिवाजी : का? आमच्या येण्यानं काही व्यत्यय आला का?

सोयरा : व्यत्यय कसला?

शिवाजी : अनाजी का आले होते?

(सोयराबाई उत्तर देत नाही. गडबडीनं दुधाचा पेला पुढे करते.)

सोयरा : महाराज...

शिवाजी : काय आहे?

सोयरा : दूध.

शिवाजी : आम्हाला नको. ठेवा ते.

सोयरा : दूध नको म्हणू नये.

शिवाजी : आम्ही सांगितलं ना? आम्हाला नको आहे, म्हणून.

सोयरा : आपली तब्येत ठीक राहायला हवी ना?

शिवाजी : ठीक आहे. राणीसाहेब, आमच्या तब्येतीची काही तक्रार नाही. थोडीशी प्रवासाची दगदग झाली, एवढंच!

सोयरा : तेच म्हणते मी. प्रकृती ठीक नसताना संभाजीराजांना भेटायला जायची काय गरज होती? आता तरी शुद्धीवर आलेत का?

शिवाजी : कोण?

सोयरा : तुमचे संभाजीराजे.

शिवाजी : राणीसाहेब, तेही माणूसच आहेत. पश्चात्ताप होणं स्वाभाविक आहे. मनानं फार दुबळे बनलेत ते.

सोयरा : एवढं करूनसरून दुबळं?

शिवाजी : धिटाईतच साऱ्या गोष्टी घडतात, असं थोडंच आहे? बहुधा अशा गोष्टी दुबळेपणातूनच घडतात.

सोयरा : आपण होतात, म्हणूनच हे सारं सहन केलंत. दुसरा कुणी असता, तर...

शिवाजी : थांबा, राणीसाहेब. उगा आमच्या मायेचं कौतुक करू नका. आम्ही कुणाचे तरी ऋणी आहोत आणि ते ऋण सव्याज फेडतो आहोत. बाकी काही नाही.

सोयरा : आम्हाला कळलं नाही.

शिवाजी : आम्हाला तरी कुठं कळतंय?

सोयरा : हो! म्हणूनच युवराजांना मोहिमेवर घेऊन जायचा घाट घातलात ना?

शिवाजी : तेच म्हणतोय आम्ही. हे प्रसंगच असे असतात, की शहाण्या माणसानं ठरवलं, तर सारी कटुता याप्रसंगी नाहीशी करता

येईल. म्हणून तर आम्ही खुद्द युवराजांच्या हाती फौजेचं नेतृत्व सोपवणार आहोत.

सोयरा : कोण युवराज?

शिवाजी : राणीसाहेब!

सोयरा : फार ऐकलं मी. काही सांगू नका. हे लाड आम्हाला सोसायचे नाहीत.

शिवाजी : राणीसाहेब, थोडा विचार करा.

सोयरा : मला काही सांगू नका. म्हणे, युवराज! भर सदरेवर आमचा अपमान झाला, तरी तो ऐकून घ्यायचं, कारण ते युवराज! ते व्यसनी बनले, तरी ते माफ, कारण ते युवराज ना!

शिवाजी : राणीसाहेब!

सोयरा : हं! ब्राह्मण मुलीशी ते गैर वागले, तरी ते क्षम्य. त्या मुलीनं जीव दिला, तरी युवराजांचा गुन्हा नाही. ते जारण-मारणात गुंतले, तरी त्यांच्याकडे डोळेझाक!

शिवाजी : सोयरा...

सोयरा : फार ऐकलं मी. आता ऐकायची इच्छा नाही. खुद्द आपल्याबरोबर बगावत करून, मोगली मनसबदार बनून येणारे जर राज्याचे युवराज ठरत असतील, तर राज्य आपलं ठरणार नाही. ते मोगली ठरेल.

शिवाजी : जबान आवरा, राणीसाहेब. राजकारणातले धडे राणीवशातून आम्ही कधी घेतले नाहीत. ते देण्याचा तुम्ही प्रयत्न करू नका.

सोयरा : मी कशाला करू? पण आंधळ्या प्रेमापोटी आपल्या काहीच कसं लक्षात येत नाही? तुमचे युवराज आज राज्याची वाटणी मागतात ना?

शिवाजी : राज्य कुणाचं? आणि वाटणी देणारे कोण?

सोयरा : देऊन टाका ना...

शिवाजी : हाताशी काही नसताना करोडो होनांचं राज्य आम्ही उभारलं. ते वाटणी करण्यासाठी? राज्य वाटून देऊन कधीही सुरक्षित राहत नाही. माणसं कधीही तृप्त होत नसतात. हे तुमच्या ध्यानी येत नाही का? राज्याची वाटणी! हे होणं नाही. कधीही घडणार नाही. कधीही घडू देणार नाही.

सोयरा : म्हणजे आमच्या रामराजांना कुठंच का स्थान नाही? संभाजीराजे

थोरल्या बाईसाहेबांचे पुत्र असतील, पण अभिषिक्त राणी मी आहे.

शिवाजी : म्हणून काय झालं?

सोयरा : रामराजे आमचे चिरंजीव आहेत. धर्मन्यायानं तेच युवराज आहेत. एवढंच आम्हाला कळतं, बाकी काही नाही.

शिवाजी : राणीसाहेब, फक्त राज्ञीपणच तेवढं लक्षात ठेवलंत. आयुष्यात एवढंच लक्षात राहिलं? राजकारणात आम्ही कधी थकलो नाही; पण या संसारात फार थकलो. जा तुम्ही. आता आणखीन मनस्ताप आम्हाला सहन होणार नाही. आम्ही फार थकलो. शरीरानं आणि मनानंही. जा तुम्ही...

(सोयराबाई जातात. शिवाजीराजे खिडकीशी चिंताक्रांत उभे आहेत. पुतळाबाई येतात.)

पुतळा : महाराज, काय पाहता?

शिवाजी : कोण? पुतळा?

पुतळा : जी! कसला विचार करता? तब्येत बरी नसता...

शिवाजी : कोण म्हणतं?

पुतळा : कोण कशाला सांगायला हवं? आपला चेहरा सांगतो ना? सकाळपासून दूध तरी घेतलंत?

शिवाजी : नाही. भूक नव्हती. पुतळा, आमचं मन फार बैचेन आहे. आम्ही फार थकलोय.

पुतळा : एवढी कसली हुरहुर वाटते?

शिवाजी : श्रींची इच्छा! या श्रद्धेनं उभं केलेलं हे राज्य. श्रद्धेनं जपणूक केलेलं एक स्वप्न. त्या राज्याच्या भवितव्याची चिंता तर मनाला छळत नसेल? या राज्याची धुरा कोण सांभाळील? हे वाढत राहील का? अक्षय टिकेल का? वाढत्या वयाबरोबर शंभूबाळ दुरावत चालले. जवळ येतात, ते अधिक दूर जाण्यासाठी! आणि घरात... आमच्यावर विषप्रयोग केला जातो. अमृताचा वर्षाव करण्यासाठी जवळ केलेली माणसं... तीच विष पेरायला लागली, तर सांगायचं कुणाला? राजा झाला, म्हणून काय झालं? तोसुद्धा माणूसच आहे...

पुतळा : आम्हाला सारं समजतं, महाराज.

शिवाजी : फार थोडं समजतं, पुतळा, तुला! फार थोडं कळतं!!! आम्ही छत्रपती आहोत. आम्ही सारं मिळवलं, असं सर्वांना

वाटतं; पण ते खरं नाही. ते अर्धसत्य आहे. या चकाकणाऱ्या नाण्याला एक फार मोठी काळोखी बाजू आहे, पुतळा. स्वराज्याची उभारणी करणारे आम्ही. आमच्या डोळ्यांदेखत ढासळणारा तो पट आम्हाला सावरता येत नाही.

पुतळा : असं बोलू नये.

शिवाजी : युवराजांची आम्ही फार गय केली, असं सारे समजतात. राणीसाहेब तर सदैव बोल लावतात. अनाजी, मोरोपंतांच्या मनातली भीती आम्हाला स्पष्ट दिसते; पण आपण फार नजीकचं पाहतो, हे त्यांच्या ध्यानी येत नाही... आणि आम्ही फार दूरचं पाहतो, हा आम्हाला शाप आहे.

पुतळा : आम्हाला आता ऐकवत नाही.

शिवाजी : खोटं सांगत नाही, पुतळा. सई गेली आणि तो डाव तसाच अपुरा राहिला. राज्ञीपदाशिवाय थोरल्या राणीसाहेबांना काही दिसत नाही आणि तू. तू आमच्याकडे देव म्हणून पाहतेस. आम्हाला सोबती मिळालाच नाही, पुतळा...

पुतळा : आपल्याला एवढं वाटतं, यात सारं मिळालं. काळजी करू नये. सारं ठीक होईल.

शिवाजी : पुतळा, तू भारी सरळ आहेस; पण निसर्ग तसा नाही. काही क्षणच धरणीकंप होतो, पण तो क्षण माणसानं उभारलेले सारे इमले कमजोर बनवून जातो. अशा वेळी जिवाला सोबत लागते दुसऱ्या जिवाची. कोसळणाऱ्या घराची नव्हे. आम्हाला आता बोलवत नाही. राणीसाहेब, शंभूबाळ अजून का आले नाहीत...

पुतळा : एव्हाना ते यायला हवे होते. मी निरोप पाठवते.

शिवाजी : भावी संकट स्पष्ट दिसतंय पुतळा. त्या निकाली झुंजीसाठी सारा खटाटोप होता. ती ताकद ना संभाजीराजांची, ना रामराजांची! एक अविवेकी, तर दुसरा अजाण. आणखीन एखादं वर्ष जरी मिळालं, तरी सारे मनोरथ सिद्धीस गेले असते. काशिविश्वेश्वराची स्थापना करून आम्ही मोकळे झालो असतो. मग कुणाच्याही हाती राज्य सुरक्षित राहिलं असतं; पण तेवढी उसंत आहे कुठं आता? नुसत्या स्वप्नात गुंतून राहण्याचे दिवस आता राहिले नाहीत. फार गडबड झाली, राणीसाहेब... फार गडबड झाली...

पुतळा : काय झालं, महाराज?

शिवाजी : काही नाही. थोडी चक्कर आल्यासारखं झालं.
(पुतळाबाई त्यांना बसवतात.)

शिवाजी : जेव्हा उठून उभं राहायचं, तेव्हा बसायला सांगता? पुतळा, जरा घाम आल्यासारखा वाटतो. पुसतेस?
(पुतळाबाई हो म्हणत असतानाच तिच्या हातून पंचा गळून पडतो.)

शिवाजी : काय झालं?

पुतळा : आपली कवड्यांची माळ...

शिवाजी : अं!

पुतळा : तुटली...

शिवाजी : पुतळा, आम्ही ना तो राजे, ना छत्रपती. आम्ही तो जगदंबेचे भोपे. राणीसाहेब, हा जगदंबेचा कौल म्हणायचा. जगदंबेनंच आम्हाला आवरण घातलं होतं; जगदंबेनं ते काढून घेतलं...
(पुतळाबाई रडू लागतात.)

पुतळा : असं का म्हणता?

शिवाजी : रडू नको, पुतळा. मनात असूनही कुणाची गुंतवणूक आम्ही कधी करू शकलो नाही. ती गुंतवणूक वाढवू नको. आम्हाला अडवू नको. नकळत वृथा तुझ्या जिवाची गुंतवणूक झाली, बघ. ती तशीच ठेवून आम्ही जातो. फार वाईट वाटतं...

पुतळा : महाराज...

शिवाजी : पुतळा, आम्हाला आता समोर दिसतो, तो फक्त आलमगीर! किती शांत नजरेनं आमच्याकडे पाहतोय तो... केवढा जबरदस्त विश्वास त्या नजरेत सामावला आहे? शत्रू जरी असला, तरी तो पारखावा लागतो... ती नजर अजून तशीच आहे, बघ... आयुष्यात फक्त दोघांनीच आमच्यावरची नजर ढळू दिली नाही... पुतळा, फक्त दोघांनीच... एक तो आलमगीर! आणि दुसरा मृत्यू!!

पडदा

◼

www.ingramcontent.com/pod-product-compliance
Lightning Source LLC
LaVergne TN
LVHW020006230825
819400LV00033B/1044
* 9 7 8 8 1 7 1 6 1 6 8 8 6 *